D1680527

சிலுக்கு

ஒரு சாதாரணப்
பெண்ணின்
சாதனைக் கதை

பா. தீனதயாளன்

சிக்ஸ்த்சென்ஸ்
பப்ளிகேஷன்ஸ்

பா.தீனதயாளன் பிற நூல்கள்

சாண்டோ சின்னப்ப தேவர்
எம்.ஜி.ஆர்
அன்னை தெரசா
சாவித்திரி
சரோஜாதேவி

சிலுக்கின்றி இயங்காது சினிமா என்ற வரலாறு படைத்த நாயகி

சிலுக்கு
ஒரு சாதாரணப் பெண்ணின் சாதனைக் கதை

பா. தீனதயாளன்

சிக்ஸ்த்சென்ஸ் பப்ளிகேஷன்ஸ்

10/2 (8/2) போலீஸ் குவார்ட்டர்ஸ் சாலை
(தியாகராயநகர் பேருந்து நிலையத்திற்கும்
காவல் நிலையத்திற்கும் இடைப்பட்ட சாலை)
தியாகராயநகர், சென்னை – 600 017
தொலைபேசி : 24342771, 29860070
கைபேசி: 72000 50073

Email : sixthsensepub@yahoo.com ✶ Website: www.sixthsensepublications.com ✶ store.vbf.co.in
Sixthsense Publications ✶ 6thsense_karthi

Publisher
K.S. Pugalendi

Managing Editor
P. Karthikeyan

Layout & Cover
Kumaran

Title:
Sillukku

Author:
Dheenathayalan

Address:
Sixthsense Publications
10/2(8/2) (First Floor) Police Quarters Road,
(Between Thiyagaraya Nagar Bus Stop & Police Station)
Thiyagaraya Nagar, Chennai - 600 017
Phone: 24342771, 29860070
Cell: 72000 50073

Sixthsense Publications
6 th sense_karthi
e-mail : sixthsensepub@yahoo.com
Website: sixthsensepublications.com

Edition:
First : Jaunary, 2024
Price : Rs. 333

No part of this book may be reproduced or transmitted in any form without permission in writing from the author and publisher

தலைப்பு
சிலுக்கு

நூலாசிரியர்
பா. தீனதயாளன்

முதற்பதிப்பு : ஜனவரி, 2024

பக்கங்கள் : 232

விலை : ரூ. 333

சிக்ஸ்த்சென்ஸ் பப்ளிகேஷன்ஸ்
10/2 (8/2) போலீஸ் குவார்ட்டர்ஸ் சாலை
(தியாகராயநகர் பேருந்து நிலையத்திற்கும் காவல் நிலையத்திற்கும் இடைப்பட்ட சாலை)
தியாகராயநகர், சென்னை&600 017
தொலைபேசி : 24342771, 2986 0070
கைபேசி: 72000 50073
மின்னஞ்சல்: sixthsensepub@yahoo.com

இந்தப் புத்தகத்திலுள்ள எந்த ஒரு பகுதியையும் பதிப்பாளர் மற்றும் எழுத்தாளர் அனுமதியை எழுத்து மூலம் பெறாமல் பதிப்பிக்கக் கூடாது.

No part of this book may be reproduced or transmitted in any form without permission in writing from the author or publisher

நீங்கள் Smart Phone உபயோகிப்பவராக இருந்தால் QR Code Reader Application மூலம் இதை Scan செய்தால் நேரடியாக எமது இணையதளத்திற்கு சென்று மேலும் எங்கள் வெளியீடுகள் பற்றிய விவரங்களைப் பெறலாம்.

ISBN : 978-93-93699-23-7

தமிழ் சினிமாவின்
மர்லின் மன்றோ

‘சிலுக்கின் வாழ்க்கைக்கும் மர்லின் மன்றோவின் வாழ்க்கைக்கும்தான் எத்தனை ஒற்றுமைகள்.

ஏழ்மையை வெற்றிகொள்வதற்காக நடிக்க வந்து, தன் பெயர் மாற்றி, நட்சத்திர அந்தஸ்துக்கு உயர்ந்து, ஒரு ஸ்டைல் ஐக்கானாக மாறி, தனக்கென ஒரு தனி மார்க்கெட்டை உருவாக்கினார். சினிமாவில் கவர்ச்சியாக ஆடியவர்களை எண்பதுகள் வரை ‘ஐட்டம் செய்கிறவர்கள்’ என்றுதான் அழைத்தார்கள். அவர்களுக்குப் பெரிய மரியாதையெல்லாம் இருந்ததாக வரலாறு இல்லை. அந்த நேரத்தில் ‘சிலுக்கின்றி இயங்காது சினிமா’ என்று சரித்திரம் படைத்தவர் இவர்.

திரையில் வந்த வேகத்திலேயே காணாமல் போனவர்களும் உண்டு, வாழ்ந்து காட்டியவர்களும் உண்டு. ஆனால் சிலுக்கு மாதிரி உலுக்கியெடுத்துவிட்டு ஓய்ந்து போனவர்கள் எவரும் இல்லை. சிலுக்கு இல்லாத காரணத்தினால் மிகப் பெரிய படமாக இருந்தாலும் பெட்டியை எடுக்க மாட்டோம் என்று சொன்ன காலமும் இருந்தது.

சிலுக்கிடம் கால்ஷீட் கிடைத்தாலே தங்கள் ஜென்மம் சாபல்யம் அடைந்துவிடும் என்று எண்ணிய தயாரிப்பாளர்கள் கைகட்டி வாய் பொத்தி நின்று கால்ஷீட் வாங்கத் தயங்கவில்லை. கவர்ச்சி காட்டி நடிப்பதில் எந்தத் தயாரிப்பாளருக்கும் அவரும் துரோகம் செய்யவில்லை. இவரால் கடனிலிருந்து மீண்ட தயாரிப்பாளர்களின் பட்டியல் நீளமானது. இருந்தாலும் தனக்கிருந்த செக்ஸ் சிம்பல் அடையாளத்திலிருந்து விடுபட, ஒரு நடிகையாகத் தன்னை முன்னிறுத்திக்கொள்ளத் தயாரிப்பு நிறுவனம் ஒன்றைத் தொடங்கினார்.

சினிமாத் தொழில் வெளியே பார்க்கையில் வெளிச்சம் காட்டும். உள்ளே போகப் போகப் புதைகுழியாகி இழுத்து அமிழ்த்தி அழித்துவிடும் என்பதை அவர் அறிந்திராததால் நிலைமை தலைகீழாகமாறிப்போனது

‘ஏசி கார்ல போறேன். ஏசிலயே வாழறேன். ஆனா மன்சுக்குள்ள மாறாத புழுக்கம். எப்பவும் என் நெஞ்சுக்குள்ள

நெருப்பு எரிஞ்சுகிட்டே இருக்கு. எனக்குக் கவர்ச்சி உடை மாட்டி விடற கனவோட எல்லோரும் இருக்காங்க. ஆனா தாலி கட்டதான் யாரும் தயார் இல்லை' என்று வெடித்துக் கதறும் நிலைக்கு அவரைத் தள்ளி வேடிக்கை பார்த்தது உலகம்.

சம்பாதித்ததை எல்லாம் இழந்து, சொந்த பந்தங்களாலேயே ஏமாற்றப்பட்டு, தனிமையில் வாடி அதிலிருந்து மீண்டு தன் இரண்டாவது இன்னிங்க்ஸைத் தொடங்கிய நேரத்தில் சம்பவித்த அவரது மரணம் மர்மத்தின் குழந்தையாகிப் போனது. இவை எல்லாமே நடந்து முடிந்துவிட்டது அவரது 36 வயதிற்குள்.

இன்று சமூக வலைதளங்களில் மர்லினோ சிலுக்கோ இருந்திருந்தால் எப்படிப்பட்ட அதிர்வுகளை ஏற்படுத்தியிருப்பார்கள் என்று கற்பனை செய்ய முடியவில்லை. இவ்வளவு ஏழ்மையான பின்புலத்திலிருந்து வந்தாலும், திரைமறைவில் வாழ்வில் பிடிமானம், மகிழ்ச்சி, உற்ற துணை என்று யாருமே இல்லை என்றாலும் தனக்காக அவர்களே பார்த்துப் பார்த்து உருவாக்கிக்கொண்ட நடை, உடை, பாவனைகள் இன்றும் திரைத்துறையைத் தாண்டியும் பலருக்கு ஆதர்ஸமாக இருப்பதை மறுக்கவோ மறைக்கவோ முடியாது. அவர்களைப் பற்றி வெளிவந்து கொண்டிருக்கும் சரிதைகள் அவர்களைப் பற்றிய பார்வையைப் பெரிதும் மாற்றியுள்ளது. தான் வாழும் காலத்தில் பார்த்தே இராத தலைமுறையைச் சேர்ந்தவர்கள்கூட சிஜி உதவியுடன் இவர்கள் சம்பந்தப்பட்ட ஒரு சில காட்சிகள் வரும்பொழுது அவர்களை மீறி ஈர்க்கப்படுகிறார்கள். அவர்களை சிக்ஸ்த்சென்ஸின் இந்தப் பதிப்பு கவரும்.

குறுகிய காலத்தில் எல்லாரையும் அடித்துப் புரட்டிப் போட்டுவிட்டு மறைந்துபோகும் சுனாமி போன்றது சிலுக்கினுடைய வாழ்க்கை. உக்கிரம், தீவிரம்! எதிலும் வெளிப்படை, எப்போதும் கறந்த பால் போன்ற சுபாவம் என்று வாழ்ந்த சிலுக்கின் வாழ்வின் பக்கங்களை முழுமையாகப் பதிவு செய்கிறது இந்தப் புத்தகம்.

எழுத்தாளர் தீனதயாளனின் சினிமா வரிசையில் இது ஒரு கல்ட் க்ளாசிக்!

புகழேந்தி சுப்பையா

சிக்ஸ்த்சென்ஸ் பப்ளிகேஷன்ஸ்

36 வயதுக்குள்ளே...

1. தைரிய லட்சுமி!..9
2. சி.மு - சி.பி..17
3. விஜியின் கதை...33
4. விசிட்டிங் கார்டு..39
5. 'சார்.. ஒரு டவல் கொடுங்க!'.....................45
6. கள்ளுக் கடையில் பிள்ளையார் சுழி!......49
7. 'மூன்றாம் பிறை'யில் முழு நிலவு!...........59
8. 'யம்மா'வும் சில கிள்ளல்களும்................65
9. சிலுக்கே சரணம்!......................................73
10. ஆப்பிள்!..81
11. ரஜினியா? சிலுக்கா?...............................87
12. தடியன் மிதிச்சிட்டான்..............................95
13. பிடிவாதத்தின் மறுபெயர்......................101
14. சக மனுஷிதானே!..................................111
15. 'சிலுக்கு என் சிநேகிதி!'..........................115
16. வந்தார் அனுராதா!................................123

17. சுபா காஞ்சலு! 131
18. சாவித்ரி போல 139
19. காதல் டாக்டர் 153
20. தாலி கட்டத்தான் யாரும் 161
21. பட்டியல் 169
22. எமனுக்கு கால்ஷீட் 179
23. கடிதம் - சந்தேகங்கள் - சர்ச்சைகள் 189
24. ரொம்ப அழுத்தாதீங்க! 201
25. கடைசி பேட்டி 209
26. நக்சலைட்? 219
27. சிலுக்கு - சில சுவாரசியங்கள் 223

ஹீரோ ஷூட்டிங் ஸ்பாட்டுக்கு வரும்போது, மற்றவர்கள் எவ்வளவு சீனியர் நடிகராக இருந்தாலும் சரி, எழுந்து நிற்க வேண்டும். இதெல்லாம் கோடம்பாக்கத்தில் தலைமுறை தலைமுறையாகப் பின்பற்றப்படும் விதிமுறைகள்.

இந்த மாதிரியான சடங்குகளை முதன்முதலில் உடைத்து எறிந்தவர் சிலுக்கு.

தைரியலட்சுமி

'**வா**ழ்க்கை' படத்தின் ஷூட்டிங். ஹீரோ சிவாஜி கணேசன். அவரது வரவுக்காக எல்லோரும் காத்திருந்தார்கள்.

ஒப்பனையுடன் குறித்த நேரத்துக்கு முன்னமே வந்து, தனக்குரிய உடையை மாற்றிக்கொண்டு, அமர்ந்திருந்தார் சிலுக்கு ஸ்மிதா.

சினிமாவில் சில மரபுகள் காலகாலமாகக் காப்பாற்றப்பட்டு வந்தன. அரிதாரம் பூசத்தொடங்குவதற்கு முன்பு கவர்ச்சி நடிகைகள் மேக் - அப் மேன் கால்களில் விழுந்து வணங்குவார்கள். அடுத்து டான்ஸ் மாஸ்டர்களை நமஸ்கரித்த பின்பே ஒத்திகைகள் ஆரம்பமாகும்.

படத்தின் ஹீரோ ஷூட்டிங் ஸ்பாட்டுக்கு வரும்போது, மற்றவர்கள் எவ்வளவு சீனியர் நடிகராக இருந்தாலும் சரி, எழுந்து நிற்க வேண்டும். இதெல்லாம் கோடம்பாக்கத்தில் தலைமுறை தலைமுறையாகப் பின்பற்றப்படும் விதிமுறைகள்.

இந்த மாதிரியான சடங்குகளை முதன்முதலில் உடைத்து எறிந்த வர் சிலுக்கு. காலில் விழ வேண்டும் என்ற பணிவோ பவ்யமோ சிலுக்கிடம் காணப்பட வில்லை.

'நான் என் கால் மேலதான் கால் போட்டு உட்கார்ந்திருக்கேன். அவர் மேல கால் போடலியே!'

அவர் எப்போதும் யார் காலிலும் விழுந்தது கிடையாது. கை குலுக்குவதோடு மட்டும் நிறுத்திக் கொண்டார்.

செட்டுக்குள் சீனியர் நடிகர்கள், ஹீரோக்கள் வந்தால் சகலரும் எழுந்து நிற்பார்கள். மனோரமா மாதிரியான பல தலைமுறைகளைக் கண்ட மூத்த நடிகைகள் கூட அதற்கு விதிவிலக்கு அல்ல.

ஆனால் சிலுக்கு, செட்டிலேயே ஓரமாகத் தனக்காகக் கொண்டு வரப்பட்ட நாற்காலியில் ஒய்யாரமாக அமர்ந்திருப் பார். யார் வந்தாலும் எழுந்து நிற்கவே மாட்டார்.

அன்றும் சிலுக்கு அப்படி அமர்ந்திருந்தார். சிவாஜி வருகிறார் என்றதும் செட்டில் பரபரப்பு தொற்றிக்கொண்டது.

'அண்ணன் வருகிறார். அண்ணன் வருகிறார்' என்று அவரது சினிமா தம்பிகள் போட்ட ஆட்டத்தில் செட்டையே பதறச் செய்து விட்டார்கள்.

சிலுக்கு மட்டும் அலட்டிக் கொள்ளவே இல்லை. கால் மேல் கால் போட்டவாறு தன் நாற்காலியை விட்டு எழுந்து நிற்காமல் உட்கார்ந்தபடியே இருந்தார்.

சிவாஜி உள்ளூற எரிமலைகள் பொங்க, சிலுக்கைக் கடந்து சென்றார். 'ஷாட் ரெடியா?' என்று கேட்டு விட்டு கேமரா முன் சென்று நின்றார்.

டைரக்டர் சி.வி. ராஜேந்திரனுக்கு என்ன செய்வதென்றே புரியவில்லை. கிளாப் அடிக்காமலேயே கை கால்கள் ஆட்டம் போட்டன. அடுத்து என்ன நடக்குமோ என்கிற பீதி அனைவரது கண்களிலும் தெரிந்தது.

சிவாஜி தனது முப்பதாவது வருஷத்தை நடிப்புலகில் கொண்டாடிக் கொண்டு இருந்தார். சிலுக்குக்கு அது சிவாஜியோடு மூன்றாவது படமோ நாலாவது படமோ!

'ஏம்மா எவ்வளவு பெரிய மனுஷன் போறாரு. நீ பாட்டுக்கு கால் மேல் கால் போட்டுக்கிட்டு உட்கார்ந்து இருக்கியே' என்று சினிமா தம்பிகள் சிலுக்கிடம் எகிறினார்கள்.

அப்போது சிலுக்கு படு கூலாக கொஞ்சிக் கொஞ்சி சொன்ன பதில் ஒட்டு மொத்த சினிமா உலகையே அதிரச் செய்தது.

'நான் என் கால் மேலதான் கால் போட்டு உட்கார்ந்திருக்கேன். அவர் மேல கால் போடலியே!'

சிலுக்கின் தைரியத்தைப் பார்த்து கோலிவுட்டே பாராட்டியது.

மேற்பூச்சுகள் இல்லாத பேச்சு, வெளிவேஷம் போடாத வாழ்க்கை, எதற்கும் யாருக்கும் அஞ்சாமல் நின்ற போர் குணம் என்று இருந்த சிலுக்கைப் பார்த்து, சிவாஜிக்கு மிகவும் வேண்டப்பட்ட கலைஞர்களே அதிசயித்துப் போனார்கள்.

'இனி சிலுக்கின் கதி அதோகதி. சிவாஜியைப் பகைத்துக் கொண்டாரே' என்றெல்லாம் கோலிவுட் குதர்க்கம் பேசியது.

மார்க்கெட் உச்சத்தில் இருக்கிறவரையில் யாரையும் யாரும் எதுவும் செய்துவிட முடியாது என்பதே திரை வரலாறு சொல்லும் நிஜம். அப்போது சிலுக்கு இடம் பெறாத சிவாஜி படங்களே இல்லை.

சிவாஜியின் வெற்றிக்கும் சிலுக்கு அவசியம் தேவைப் பட்டார். இமைகள் சினிமாவில் ஜெயமாலினி போதாதென்று சிலுக்கும் இடம் பெற்றார். சிவாஜியின் 225வது படமான தீர்ப்பில் 'சில்க் சில்க்' என்றே பாடல் ஆரம்பிக்க சிலுக்கு நடனம் ஆடியிருக்கிறார். கோலிவுட்டின் ராசியான கணேசன் - கே.பாலாஜி கூட்டணியில் தீர்ப்பு, நீதிபதி இரண்டும் தொடர் வெள்ளிவிழாச் சித்திரங்கள். அந்த இரண்டிலும் சிலுக்கின் ஆட்டம் கோலாகலமாக இருந்தது.

சிலுக்கு தன்னை அவமரியாதை செய்ததாக நடிகர் திலகம் மனத்துக்குள் எண்ணி இருக்கலாம். அதை வைத்து

சிலுக்கைப் பழிவாங்க சிவாஜி விரும்பவில்லை. தன் பட இயக்குநர்களிடம் ஒரு கோரிக்கை விடுத்தார்.

'யார் அந்தப் பெண்? கூடுமான வரை என்னோடு அதிகமாக காம்பினேஷன் வராமல் பார்த்துக் கொள்ளுங்கள்.'

காரணம் வாழ்க்கை படத்தில் சிலுக்குக்கு நடனம் மட்டும் அல்லாமல், கணேசனின் மருமகளாக மிக முக்கிய வேடமும் தரப்பட்டிருந்தது.

நடிப்பு இமயத்தின் மேன்மை தெரியாமல் சிலுக்கு நடந்து கொண்டதாக நடிகை லட்சுமி கருதினார். சிலுக்கிடம் பேச வாய்ப்புக் கிடைத்த ஒரு சந்தர்ப்பத்தில் 'ஏன் அப்படி நடந்து கொண்டாய்?' என்று விளக்கம் கேட்டார்.

'அது இறுக்கமான டிரஸ்க்கா. அந்த டிரஸ்ஸைப் போட்டு சாதாரணமாக உட்கார்ந்தால் அது அசிங்கமா இருக்கும். அதுக்காகக் கால் மேல் கால் போட்டு உட்கார்ந்திருந்தேன்.'

சிலுக்கின் பதிலில் இருந்த நியாயம் லட்சுமியை வாயடைக்கச் செய்தது.

இப்படி மிகத் தைரியமாக, எந்தவித கட்டுப்பாடுகளையும் விரும்பாமல், யாருக்கும் பணிந்தும் போகாமல் திரையுலகில் வெற்றிகரமாக ஜொலித்தவர் சிலுக்கு ஸ்மிதா.

'சிலுக்கின்றி இயங்காது சினிமா' என்ற நிலையும் சில வருடங்கள் தொடர்ந்தது. கதாநாயகிகளுக்கே கிடைக்காத மரியாதை, சிலுக்குக்குக் கிடைத்தது.

கண்களால் தமிழ் சினிமா உலகையே கட்டி, கச்சை களுக்குள் முடிந்து வைத்திருந்தவர் சிலுக்கு. அவரது வாழ்க்கையில் ஏகப்பட்ட முடிச்சுகள். இறுதிவரை அவிழ்க்கவே படாத மர்ம முடிச்சுகள். அவற்றில் சிக்கித் தவித்த சிலுக்கு, இறுதியில் தன் வாழ்க்கையையும் தூக்குக் கயிற்றில் முடிச்சு போட்டே 'முடித்துக் கொண்டதாக'ச் சொல்கிறார்கள்.

சிலுக்குக்கு முன்னும் பின்னும் எத்தனையோ ஆட்டக்காரி கள் தமிழ்த் திரையுலகில் பவனி வந்திருக்கிறார்கள். கோலோச்சியவர்களும் உண்டு. காணாமல் போனவர்களும் உண்டு. ஆனால் சிலுக்கு அளவுக்கு ரசிகர்களிடையே

ஒரு பாடலுக்கு ஆடினாலும் சரி. படம் முழுதும் வந்தால் சரி. சிலுக்கு இருந்தால் அது சிலுக்கு சினிமா. வேறு யாரும் தொடாத உயரம் அது

தாக்கத்தை ஏற்படுத்தியவர்கள் யாருமில்லை.

அவர் கடித்துப் போட்ட ஆப்பிளை ஏலம் எடுக்கக்கூட இங்கே ஆளிருந்திருக்கிறார்கள். ஒரு பாடலுக்கு ஆடினாலும் சரி, படம் முழுதும் வந்தால் சரி. சிலுக்கு இருந்தால் அது சிலுக்கு சினிமா. வேறு யாரும் தொடாத உயரம் அது. நினைத்துப் பார்த்திராத அந்தஸ்து அது.

திரையில் வந்து போனவர்களும் உண்டு, வாழ்ந்து காட்டிய வர்களும் உண்டு. ஆனால் சிலுக்கு மாதிரி உலுக்கி யெடுத்துவிட்டு ஓய்ந்து போனவர்கள் எவரும் இல்லை.

அப்படி என்ன இருந்தது அந்தப் பெண்ணிடம்? ஏன் அத்தனை மோகம் கொண்டு அவரைத் துரத்தியது கோடம்பாக்கம்? அதே கூத்தாடிகள் கூட்டம் அவர் இறந்த செய்தி கிடைத்தபோது, கூடுமானவரை அன்றைய தினத்தில் வேறு ஏதாவது 'அவசரப்'பணி இருக்குமாறு பார்த்துக்கொள்ளவும் செய்தது.

குறுகிய காலம் அடித்துவிட்டு ஓடிப்போய்விட்ட சுனாமி அவரது வாழ்க்கை. எத்தனை உக்கிரம், தீவிரம்! எதிலும் வெளிப்படை, எப்போதும் கறந்த பால் போன்ற சுபாவம் என்று வாழ்ந்த சிலுக்கின் மரணம் மாத்திரம் மர்மத்தின் குழந்தையாகிவிட்டது. விரிவாகவே பார்க்கலாம்.

தவமணி தேவியின் தாராளமான மார்பு எழிலைக் கண்டு எம்.ஜி.ஆர். மிரளும் 'ராஜகுமாரி' பட ஸ்டில் பிற்காலத்தில் எம்.ஜி.ஆர்., ரசிகர்களுக்கு ஆச்சரியமளித்தது. கிளாமருக்கு எம்.ஜி.ஆர். கூட மெர்சல் ஆவாரா என்று!

சி.மு - சி.பி

சிலுக்குக்கு முந்தையத் தலைமுறை சிருங்கார சுந்தரிகள் என்று பார்க்கத் தொடங்கினால் மட்டுமல்ல; தவமணி தேவியைக் குறிப்பிடாமல் தமிழ்ச் சினிமாவின் கவர்ச்சி வரலாறை எழுத இயலாது. மேனி அழகைக் காட்டி மயக்கிய முதல் நடிகை அவரே.

இலங்கையிலிருந்து நடிக்க வந்த தவமணிதேவியின் ஆடைக் குறைப்பு வெகு பிரசித்தமானது. அவர் நடித்த ‘வனமோகினி’யே தமிழ் சினிமாவின் முதல் வசீகரச் சித்திரம்!

எம்.ஜி.ஆர். கதாநாயகனாக நடித்த முதல் படமான ராஜகுமாரியில் தவமணிதேவி வில்லி. தவமணி தேவியின் தாராளமான மார்பு எழிலைக் கண்டு எம்.ஜி.ஆர். மிரளும் ‘ராஜகுமாரி’ பட ஸ்டில் பிற்காலத்தில் எம்.ஜி.ஆர். ரசிகர்களுக்கு ஆச்சரியமளித்தது. கிளாமருக்கு எம்.ஜி.ஆர். கூட மெர்சல் ஆவாரா என்று!

நடிகைகளுக்காகவே தனியொரு விதி எழுதப்படுமோ என்னவோ?

தவமணி தேவியின் சொத்துகளை உறவினர்கள் பறித்துக்கொள்ள, அவர் மனநிலை பாதிக்கப்பட்டு இறந்துபோனார்.

அரிதாரம் பூசுவதில் அன்றைய தேதியில் நிபுணராகக் கருதப்பட்டவர் ஹரிபாபு. டைரக்டர் கே. சுப்ரமண்யம் ஒரு புதுமுகத்தை அவரிடம் அழைத்துச் சென்று தனது புது ஹீரோயினுக்கு மேக்கப் போடச் சொன்னார்.

தவமணி தேவி

உங்களுக்கென்ன பைத்தியமா? இந்தப் பெண்ணா ஹீரோயின்? நான் இவளுக்கெல்லாம் மேக்கப் போட முடியாது என்று போயே விட்டார் ஹரிபாபு.

ஆனால் டைரக்டர் கே. சுப்ரமண்யம் அந்தப் பெண்ணையே ஹீரோயின் ஆக்கினார். அவர் டி.ஆர். ராஜகுமாரி. தமிழ் சினிமாவின் முதல் கனவுக் கன்னி. அவர் பெயரைச் சொன்னாலே அப்படி உருகினார்கள் 1940களில்.

அவமானங்களைக் கடந்த பிறகே யாரும் சினிமாவில் அரிதாரம் பூசிக்கொள்ள முடியும் என்கிற விதியிலிருந்து டி.ஆர். ராஜகுமாரியாலும் தப்ப முடியவில்லை.

இடுப்பில் தண்ணீர் குடம் சுமந்த படி கை இல்லாத ரவிக்கை அணிந்து ஒயிலாக வந்த ராஜகுமாரி 'கச்ச தேவயானி'யில் தொடங்கி, அவர் நடித்த அத்தனைப் படங்களின் வெற்றிக்கும் முக்கியக் காரணமாக இருந்தார்.

ஹரிதாஸ் என்ற படத்தில் மன்மத லீலையை வென்றார் உண்டோ என்று எம்.கே.டி. பாகவதர் பாட, ராஜகுமாரி ரம்பாவாக மாறி, சற்றும் எதிர்பாராவிதத்தில்

டி.ஆர். ராஜகுமாரி

சட்டென்று ஒரு முத்தம் கொடுப்பார். அலறிவிட்டது தமிழகம்.

முழுநீள பக்திச்சித்திரமான ஹரிதாஸ் மூன்று ஆண்டுகள் தொடர்ந்து ஓடியது. ஹரிதாஸின் வெற்றியில் ராஜகுமாரியின் கவர்ச்சிக்கும் கணிசமான பங்கு உண்டு என்பதை மறுக்கமுடியாது.

பி.யூ. சின்னப்பாவுடன் டி.ஆர். ராஜகுமாரி ஜோடியாக நடித்த படங்கள் ஓஹோவென்று ஓடின. சின்னப்பாவோடு நடித்தபோதே ராஜகுமாரி அவரை மானசீகமாகக் காதலிக்கத் தொடங்கி விட்டார். இத்தனைக்கும் சின்னப்பா வசீகரமானவர் அல்ல. கருப்பாக, குள்ளமாக சதா பீடி புகைத்தவாறு இருந்த அவரிடம் ராஜகுமாரிக்கு மையல் பிறந்து விட்டது.

அதை அவர் சின்னப்பாவிடம் சொன்னாரா இல்லையா என்பதும் தெரியவேயில்லை. அதற்குள் சின்னப்பா மாரடைப்பால் இறந்துவிட்டார். அதற்குப்பின்பு ராஜகுமாரி ஒரு துறவி போலவே வாழ்ந்தார் என்கிறார்கள்.

1941 - ல் தமிழ் சினிமாவின் முதல் கனவுக் கன்னியாக வந்த ராஜகுமாரி செப்டம்பர் 1999ல் காலமானார்.

தமிழ்ச் சினிமாவில் ஒரு பாடலுக்கு நடனம் ஆடுவதில் ஆரம்பக் காலங்களில் புகழ் பெற்றிருந்தவர்கள் திருவாங்கூர் சகோதரிகள்.

முழுக்க முழுக்க நாட்டியக் கலைக்கு முக்கியத்துவம் கொடுக்கப்பட்டு ஜெமினியில் தயாரான படம் கல்பனா. அதில் நடிப்பதற்காகச் சென்னைக்கு வந்தார்கள் திருவாங்கூர் சகோதரிகள்.

லலிதா, பத்மினி, ராகினி என்கிற சகோதரிகள் மூவரில் முதலில் நடனமாடியவர்கள் லலிதா, பத்மினி இருவர் மட்டுமே. லலிதாவுக்குத் திருமணம் ஆனதும் ராகினி பத்மினியுடன் நிறையவே ஆட ஆரம்பித்தார்.

அப்போதெல்லாம் ஓடாது என்று அவநம்பிக்கையுடன் தயாராகும் படங்களில் என்.எஸ். கிருஷ்ணன் - மதுரத்தின் காமெடி காட்சிகளை இணைத்து கல்லா கட்டுவார்கள்.

லலிதா, பத்மினி, ராகினி

அதுவும் போதவில்லை என்கிற போது திருவாங்கூர் சகோதரிகளை ஆட அழைத்தார்கள்.

லலிதா - பத்மினி ஏறக்குறைய ஐந்து, ஆறு ஆண்டுகள் நூற்றுக்கணக்கான படங்களில் நாட்டியங்கள் மட்டும் ஆடியிருக்கிறார்கள்.

1951ல் பத்மினி முதன் முதலாகக் கதாநாயகியாக நடிக்க, கலைஞரின் மகத்தான கருத்தோவியமாக மலர்ந்தது மணமகள் சமூகச்சித்திரம். அதன் அட்டகாசமான வெற்றியால் பத்மினி முன்னணி நட்சத்திரம் ஆனார்.

நாட்டியப் பேரொளி நடிப்பை விடவும் அவரது அழகுக்காக வும், கவர்ச்சிக்காகவும் அதிகம் புகழ் பெற்றார். தமிழைக் காட்டிலும் ராஜ்கபூரின் இந்தி சினிமாக்களில் பத்மினியின் கிளாமர் கூடுதலாக ஜொலித்தது. அவை தமிழ்நாட்டிலும் காட்டப்பட்டு மிகுந்த சர்ச்சைகளைக் கிளப்பியது.

ஏறக்குறைய பத்மினியின் சமகாலப் போட்டியாளர் வைஜெயந்தி மாலா. 'அய்யய்யோ சொல்ல வெட்கமாகுதே' என்று குலுக்கித் தளுக்கி ஆடி, ஜெமினியின் மங்கம்மா

வைஜெயந்தி மாலா

சபதத்தில் ரசிகர்களைக் கொள்ளை கொண்டவர் வசுந்தராதேவி. அவர் வைஜெயந்தியின் அம்மா.

வஞ்சிக்கோட்டை வாலிபனில் வைஜெயந்தி - பத்மினி இருவரையும் சேர்ந்து, ஏழு நிமிஷங்கள் போட்டி நடனம் ஆட வைத்து அகில இந்தியாவையும் திரும்பிப் பார்க்க வைத்தார் வாசன்.

அதில் வைஜெயந்தி அறிமுகமாகும் காட்சி மிகுந்த கிளாமருடன் ஆரம்பமாக வேண்டும் என்று ஜெமினி கதை இலாகாவின் எழுத்தாள ஜாம்பவான்கள் மாதக் கணக்கில் சிண்டைப் பிய்த்துக்கொண்டார்கள்.

கடைசியில் இளவரசி மந்தாகினியான வைஜெயந்தி அரண்மனை நீச்சல்குளத்தில் மலர்களுக்கு நடுவில் ஒரு மலராக நீந்திக் கரை சேர்வதுபோல் படமாக்கினார்கள். கறுப்பு வெள்ளைப் படங்களின் காலத்திலேயே அது ஒரு கவர்ச்சி மழையாக இருந்தது.

ஆரம்பத்தில் சொர்க்க சீமா என்கிற தெலுங்கு படத்தில் பாவுறமா என்று புறாவைக் கையில் ஏந்தி, பாடி வந்த பானுமதி சிருங்கார ரசத்தில் சிறகடித்தார்.

பானுமதி

அபூர்வ சகோதரர்களில் இடுப்பில் பாவாடை ரவிக்கையுடன், தன் மேலாடையைத் தாவணியாகப் போட்டுக் கொள்ளாமல் அதன் முடிச்சை தன் நெஞ்சில் சொருகி விட்டு, பாடிய பானுமதியைக் கண்டு பரபரப்பானது தமிழகம்.

லட்டு மிட்டாய் வேணுமா என்கிற அந்தப் பாட்டை வெவ்வேறு மொழிகளில் பாடி மக்களைக் கவர்ந்தார் பானுமதி. அதில் இரட்டை அர்த்தம் தொனித்ததாக விமரிசனங்கள் எழுந்தன. அதுவே படத்துக்கு பப்ளிசிடியும் ஆனது.

அஞ்சலி தேவி

பானுமதியின் எடுப்பான தோற்றத்தை, சின்னஞ்சிறு கட் அவுட்களாகச் செய்து அன்றைய விஐபிக்கள் தங்குகிற எல்லா முக்கிய ஹோட்டல்களின் வரவேற்பறை களின் கௌண்டரிலும் வைக்க உத்தரவிட்டார் வாசன்.

பானுமதியின் கிளாமருக்கு முக்கியத்துவம் தந்து எம்.ஜி.ஆரையே ஸ்டாம்ப் சைசில் போட்டு, தமிழின் முதல் கலர் படமான அலிபாபாவும் நாற்பது திருடர்களும் விளம்பரம் செய்யப்பட்டது.

அடுத்தவர் அஞ்சலிதேவி. பத்திரிகையாளர்களின் எழுத்தால் உயிர்பெற்றவர் அவர். அவரது கவர்ச்சியைப் பத்தி பத்தியாக வர்ணித்துத் தீர்த்தது தமிழ் பத்திரிகை உலகம்.

எம்.ஜி.ஆர்., - சரோஜா தேவி

அப்போதே டி.ஆர். மகாலிங்கத்துடன் நெருக்கமான முத்தக் காட்சிகளில் நடித்து பெரும் பரபரப்பை ஏற்படுத்தினார் அஞ்சலி.

அஞ்சலிதேவிக்குப் பின்னர் எத்தனையோ கதாநாயகிகள் தமிழில் நடித்தார்கள். ஆனாலும் சரோஜா தேவிக்குக் கிடைத்த நட்சத்திர அந்தஸ்து, அதிக சம்பளம், பத்மினி, சாவித்ரிக்கே கூட வாய்க்கவில்லை.

பார்த்திபன் கனவு படத்தில் வைஜெயந்திக்குப் பின்னால் தோழியாகத் தட்டேந்தி நின்றவர் சரோஜா தேவி. எல்லோரும் ஆடைக் குறைப்பால் கவர்ச்சி காட்டினார்கள் என்றால், சரோஜா தேவி தமிழில் தமிழ்த்தனத்தைக் குறைத்து, கன்னடமாக்கி ரசிகர்களைக் கிறங்க அடித்தார்.

நடிப்புத் திறமை, நாட்டிய ஞானம் இவற்றில் எல்லாம் ஓரளவு மட்டுமே தேறியிருந்தவர், டி.ஆர்.ராஜகுமாரிக்குப் பின்பு மிக நீண்ட காலம் தமிழ் சினிமாவின் கனவுக் கன்னியாக விளங்கினார்.

தன்னோடு ஒத்துப் போகாதவர்களைத் தன் படங்களில் இருந்து மட்டும் அல்லாமல், தமிழ் சினிமாவில் இருந்தே விலக்கிவிடக்கூடிய வல்லமை பெற்றிருந்தார் எம்.ஜி.ஆர்., அவரே சரோஜா தேவியின் வருகைக்காகப் பல நாள்கள் மணிக்கணக்கில் காத்திருந்தார். சரோ அப்போது அத்தனை பிசி!

எம்.ஜி.ஆர்., - சாவித்திரி

கன்னடத்து பைங்கிளி, கை படாத ரோஜா என்றெல்லாம் புகழப்பட்டவர் சரோஜா தேவி. அவருடையப் பெயரையே ஆபாசப் புத்தகங்களுக்கும் சூட்டி மகிழ்ந்தார்கள் மலிவு வியாபாரிகள். அந்த அளவு செக்ஸ் அப்பீலோடு விளங்கினார் சரோஜாதேவி.

தேவரின் வேட்டைக்காரன் படத்தில் சரோஜா தேவிக்கு பதிலாக சாவித்ரி நடிக்க நேர்ந்தது. சரோஜாவுக்கு நிகராகத் தானும் எம்.ஜி.ஆரோடு நெருங்கி நடிக்க வேண்டும் என்கிற விபரீத ஆசையில்,

ஜெயலலிதா

'மெதுவா மெதுவா தொடலாமா
உன் மேனியிலே என் கை படலாமா'

- என்று எம்.ஜி.ஆருடன் சாவித்ரி பாடிய டூயட் காட்சி மிகவும் விரசமாகி சாவித்ரியின் இமேஜையே கெடுத்து விட்டது.

கல்வியில் மிகச் சிறந்த இடத்தை எதிர்காலத்தில் பிடிப்போம் என்று கனவு கண்டு கொண்டிருந்தார் அம்மு என்கிற

அந்தப் பெண். மெட்ரிகுலேஷன் தேர்வில் தமிழ்நட்டிலேயே மூன்றாவது இடம் கிடைத்தது. ஸ்டெல்லா மேரிஸ் கல்லூரியில் சேர அனுமதியும் பெற்றார்.

அம்மா வேடங்களில் நடித்துக் கொண்டிருந்த சந்தியாவுக்கு சந்தர்ப்பங்கள் இல்லாமல் போனது. சந்தியா தன் மகள் அம்முவுக்கு வாய்ப்பு தேடினார்.

அந்தக் காலத்தில் புகழ் பெற்றிருந்த ரெமி பவுடர், மற்றும் லக்ஸ் சோப், பட்டுசேலை விளம்பரங்களில் ஜெயலலிதா இடம் பெற்றார். பத்மினி பிக்சர்ஸ் பி.ஆர். பந்தலு மூலம் கன்னட சினிமாவில் முதலில் அறிமுகமானார்.

கதையை நம்பிப் படம் எடுக்கும் ஸ்ரீதர், முதன் முதலாக ஜெயலலிதாவின் இளமை, அழகு ஆகியவற்றை முதலீடாக்கி 'வெண்ணிற ஆடை'யைக் கொடுத்தார். அதுவரையில் எந்தத் தமிழ் சினிமா கதாநாயகியும் ஜெயலலிதா போல் அத்தனைச் சீக்கிரத்தில் புகழின் உச்சிக்குச் சென்றதில்லை.

ஜெயலலிதாவின் ரவிக்கைக்கு ஸ்ரீகாந்த் முதுகு பட்டன் போடும் காட்சி இருந்தது. அதற்காக சென்சார் ஏ சர்டிபிகேட் வழங்கிய முதல் கலர் படமாக வெண்ணிற ஆடை திரைக்கு வந்தது.

நூற்றுக்கு மேற்பட்ட படங்களில் கதாநாயகியாக ஜெயலலிதா ஜொலித்தார். சரோ - ஜெ இருவரும் இணைந்து, எம்.ஜி.ஆருடன் நடித்த ஒரே படம் அரச கட்டளை. எம்.ஜி.ஆரின் அண்ணன் எம்.ஜி. சக்கரபாணி சொந்தமாக தயாரித்து இயக்கியது.

அதன் டைட்டிலில் 'கவர்ச்சிக்கன்னி ஜெயலலிதா' என்று காட்டினார்கள்.

வெண்ணிற ஆடை - ஷோபனா, நீ - ஜெயா - உஷா, அடிமைப்பெண் - ஜீவா - பவளவல்லி, முத்துச்சிப்பி - மாலா, நம்நாடு - அம்மு, எங்கிருந்தோ வந்தாள், சூரியகாந்தி படங்களில் ராதா, பாதுகாப்பு - வள்ளி, சவாலே சமாளி - சகுந்தலா, பட்டிக்காடா பட்டணமா - கல்பனா, வந்தாளே மகராசி - லஷ்மி - ராணி, யாருக்கும் வெட்கமில்லை - பிரமீளா, திருமாங்கல்யம் - சீதா என மிகச் சில

சினிமாக்களில் மட்டுமே ஜெயலலிதாவின் நடிப்பாற்றல் பிரமாதமாக ஒளிர் விட்டது. மற்றபடி ஒரு முழுமையான கிளாமர் ஹீரோயினாகத் தன் நட்சத்திர வாழ்க்கையைப் பூர்த்தி செய்தார் ஜெ.

'இளைய தலைமுறையினர் ஆர்ப்பாட்டத்தை விரும்பு கிறார்கள். செக்ஸ் காட்சிகளை அதிகம் விரும்புகிறார்கள். இதற்கு உதாரணம் ராஜா படம். இந்தப் படத்தில் நானும் அம்முவும் நெருங்கி நடித்திருக்கிறோம். சில காட்சிகளில் அம்மு அரை டிராயர் சட்டையுடன் என்னுடன் காதல் செய்தார். நாங்கள் இருவரும் இளமையை எடுத்துக்காட்டும் உடைகளுடன் ஆடிப் பாடும்போதும் நான் அம்முவின் உடலை வருடும்போதும்... ரசிகர்கள் எப்படி கை தட்டுகிறார்கள் ரசிக்கிறார்கள்! இதற்குத்தான் இன்று வரவேற்பு அதிகம்' என்று ஏப்ரல் 1972ல் பிலிமாலயா இதழில் பேசினார் சிவாஜி கணேசன்.

எழுபதுகளில் இந்தியன் சினிமா ஜேம்ஸ்பாண்ட் பாணி கதைகளுக்கு திசை மாறியது. அப்போது கிளப் டான்ஸ் இடம் பெறாத படங்களே இல்லை என்றானது.

ஜோதிலட்சுமி

ஜோதிலட்சுமி, விஜயலலிதா போன்ற கவர்ச்சி ஆட்ட நடிகைகளுக்கும் கொடுத்தார்கள்.

எம்.ஜி.ஆரின் பெரிய இடத்துப் பெண் படத்தில் ஜோதிலட்சுமி அறிமுகமானார். அவரால் தமிழ் சினிமாவில் கதாநாயகியாக ஓஹோவென்று வளர முடியவில்லை. சங்கீதம், நாட்டிய பாரம்பரியம் மிக்க பரம்பரையில் வந்த ஜோதிலட்சுமி குத்தாட்டம் ஆட ஆரம்பித்தார்.

திருப்பதியில் மொட்டை அடித்து சுவாமி தரிசனம் செய்த கையோடு சென்னையில் என்.டி. ராமாராவையும், மறக்காமல் ஜோதிலட்சுமியையும் தரிசனம் செய்துவிட்டு மறுவேலை பார்ப்பார்கள் ஆந்திர ரசிகர்கள். தெலுங்குத் திரை உலகில் ஜோதிலட்சுமி நிகழ்த்திய ஆட்டங்கள் அத்தனை சூடானவை.

'என்னை செக்ஸ் சிம்பல், செக்ஸ் குயின் என மக்கள் வர்ணிக்கிறார்கள். இப்படி அழைப்பதைப் பூரிப்புடன் ஏற்றுக் கொள்கிறேன். மறுபக்கம் ஏனோ தயக்கமும், வருத்தமும் ஏற்படுகிறது. நான் எந்த உடையிலும் எப்படியும் நடிக்கத் தயார். என்னை ஏவாளாக நடிக்கிறாயா என்று கேட்டால் என் பதில் உடன் சம்மதம் என்பதாகவே இருக்கும். என் குறிக்கோள் படம் பார்க்க வருகிறவர்கள் மனநிறைவோடும் மகிழ்வோடும் பார்க்க வேண்டும். அதற்கு ஆட்டம் பயன்படுமானால் சரி!' என்றார் ஜோதிலட்சுமி.

ஜோதிலட்சுமியின் சமகாலப் போட்டியாளர் விஜயலலிதா. 1971-ல் கதாநாயகியாகப் பல ஜேம்ஸ்பாண்ட் பாணிப் படங்களில் விஜயலலிதா தமிழிலும் தெலுங்கிலும் சக்கைபோடு போட்டார்.

ஜோதிலட்சுமி, விஜயலலிதாவுக்கு கிடைக்காத வாய்ப்பு தமிழ் சினிமாவில் ஏ. சகுந்தலாவுக்குக் கிடைத்தது. 1970களில் மாடர்ன் தியேட்டர்ஸ் தயாரிப்புகளான சிஐடி சங்கர், ஜஸ்டிஸ் விஸ்வநாதன் போன்ற படங்களில் கதாநாயகி ஏ. சகுந்தலா.

ஆனால் அவருக்குத் தொடர்ந்து ஹீரோயின் சான்ஸ் கிடைக்கவில்லை. நடிகர் திலகம் கை கொடுத்தார். தவப்புதல்வன் தொடங்கி அப்போது அவர் நடித்துக் கொண்டிருந்த படங்களில் ஏ. சகுந்தலா சிட்டாக ஆடினார்.

மன்மதலீலை படத்தில் ஒரு காட்சி

ஜெயலலிதாவின் காலத்திலேயே அவரைப் போன்ற வசீகரமான தோற்றத்தில் காஞ்சனாவும், அவரை விட அதிகக் கிளர்ச்சி யூட்டுவதில் ராஜஸ்ரீயும் பிரபலமாகி இருந்தார்கள். குடும்பச் சித்திரங்களுக்கு மட்டுமல்லாமல் கிளாமர் ரோல்களுக்கும் கே.ஆர். விஜயா கால்ஷீட் கொடுத்தார். பட்டணத்தில் பூதம் ஒன்று போதும் விஜயாவின் விஸ்வரூபக் கவர்ச்சிக்குக் கட்டியம் சொல்ல.

1973 பிப்ரவரி மாத முதல் வாரம். தமிழ்நாட்டின் சுவர்களெல்லாம் மஞ்சுளாவின் திறந்த முதுகுகளாகவே காட்சியளித்தன. மிகப் பெரிதாய் கேபிடல் லெட்டரில் A காணப்பட்டது. வெண்ணிற ஆடைக்குப் பிறகு மிகவும் பரபரப்பாக ரிலீசான மறுபிறவி, அரங்கேற்றம் படங்களின் விளம்பரங்கள் தமிழ் சினிமாவை கலங்கடித்தன.

ஆட்டக்காரியாகப் பிரபலமான ஆலம், கே. பாலசந்தரின் மன்மத லீலையில் கதாநாயகி ஆனார். கமல்ஹாசன் படுத்திருக்க, அவரது திறந்த முதுகின் மீது ஆலத்தின் சயனத்திருக்கோலம் சலசலப்பை ஏற்படுத்தியது.

மன்மத லீலை பட போஸ்டர்கள் சர்ச்சையைக் கிளப்பின. மன்மத லீலை முழுக்க முழுக்க, கே. பாலசந்தரின் வக்ர உணர்வுகளுக்கே முழு வடிவம் கொடுத்திருக்கிறது என்றெல்லாம் கடுமையாக விமர்சனம் செய்தார்கள்.

கமல்ஹாசனும் ஏறக்குறைய அப்போது எல்லாப் படங்களிலுமே திறந்த உடலோடே நடித்து வந்தார். தன்னை ஜெயமாலினி மாதிரி ஆக்கி விட்டார்கள் என்று அவர் நொந்துகொண்ட சம்பவங்களும் உண்டு.

ஜோதிலட்சுமியின் தங்கையான ஜெயமாலினி, ஏ. சகுந்தலாவுக்குப் பிறகு சிலுக்கு வரும் வரையில் மிக நீண்ட காலம் தமிழ், தெலுங்கில் ஆட்டம் போட்டவர்.

ஜெயசுதாவுக்கு பிறகு ஸ்ரீதேவி, ஸ்ரீப்ரியா இருவரும் ஒரே காலகட்டத்தில் கவர்ச்சியில் கலக்கினார்கள். ஸ்ரீப்ரியா தமிழ்நாட்டோடு ஓரங்கட்டப்பட, ஸ்ரீதேவி தன் அழகாலும் இளமையாலும் அகில இந்திய நட்சத்திரமானார்.

16 வயதினிலே உட்பட ஸ்ரீதேவியின் பல படங்கள் பல மொழிகளிலும் அவருக்கு 'கிளாமர் ஹீரோயின்' என்கிற அந்தஸ்தையே வழங்கியது.

'எனக்கு மனக் கஷ்டத்தைக் கொடுத்த பேனர் மவுண்ட் ரோட்டில் நியூ எல்வின்ஸ்டன் தியேட்டரில் வைக்கப்பட்டு இருந்தது. ஆ'நிமிஷம்னு ஒரு மலையாளப் படம். மது நடிச்சது. அதுல ஸ்கர்ட் போட்டுக்கிட்டு ஸ்கூல் கேர்ள் கேரக்டர். அப்போ நான் சின்னப் பெண்.

அந்தத் தியேட்டர்ல சின்ன ஸ்கர்ட்டோட நான் இருக்கிற கட்அவுட் வெச்சு அதுக்கு நிஜமான ஸ்கர்ட் மாட்டி இருந்தாங்க. அது காத்துல பறந்தது. எல்லோரும் ஸ்ரீதேவி ஸ்கர்ட் காத்துல பறக்குதுன்னு கேலி செஞ்சாங்க. பேப்பர்லயும் நியூஸ் வந்தது. அந்த பேனர் என் மனத்துக்கு ரொம்ப வருத்தத்தைக் கொடுத்தது.' இது அந்தக் காலகட்டத்தில் ஸ்ரீதேவி அளித்த ஒரு பேட்டி.

ஸ்ரீதேவிக்குப் பிறகு தமிழ் சினிமாவைக் கைப்பற்றிக் கொண்டார்கள் பாரதிராஜாவின் அறிமுகங்கள். ராதா,

ராதிகா, ரேவதி, ரஞ்சனி, ரேகா, ரஞ்சிதா என 'ஆர்' வரிசைப் பட்டியல் நீண்டது.

அதன்பின்பு குஷ்பூவுக்கு கோயில் கட்டி வழிபட்டனர். மீனா, சிம்ரன், ஜோதிகாவுக்கு ஸ்பெஷல் இடம் கொடுத்தனர். நமீதா ரம்பா, அஸின் என பட்டியல் தொடர்ந்தது.

புதிய நூற்றாண்டில் அறிமுகமாகி இருபது ஆண்டுகளைக் கடந்தும், இன்னமும் பேசப்படுகிறார்கள் நயன்தாரா, திரிஷா இருவரும். அழகாலும், ஆடைக்குறைப்பாலும், அதிரி புதிரி ஆட்டங்களாலும் வில்லாக வளைந்து கிளாமரில் கில்லி அடித்தார்கள்.

அறம், ராஜா ராணி, நானும் ரவுடிதான், *96*, விஸ்வாசம், பொன்னியின் செல்வன் என அற்புத நடிப்பாலும் புகழ்க் கீரிடம் தரித்து, இளசுகளின் பிகில் சத்தத்தோடு கவர்ச்சி தர்பார் நடத்துகிறார்கள்!

2k கிட்ஸ்ஸை இன்னும் சற்று கூடுதலாகக் கிளுகிளுப்பேற்ற, காஜல் அகர்வால், சமந்தா, அனுஷ்கா, ராஷ்மிகா மந்தனா எனத் தொடர்ந்து கிளாமர் குயின்கள் வந்த வண்ணம் இருக்கிறார்கள். இனியும் வருவார்கள்.

'பத்ரி'களைப் பயமுறுத்தியது சூப்பர் ஸ்டாரின் சமீபத்திய ஜெயிலர். அதில் தமன்னாவின் தாராளமயமானக் குத்தாட்டம், அதன் வற்றாத வசூலுக்கு மயிலிறகாய் வண்ணம் சேர்த்தது.

பெரும்பாலும் கதாநாயகர்களைச் சுற்றி பின்னப்படும் கதைகளே திரைப்படமாகின்றன. மேற்படி தவமணி தேவி முதல் தமன்னா வரைக் கவர்ச்சிக் கதாநாயகிகளால் பேசப்பட்ட படங்களும் நிறையவே உண்டு.

ஆனால் ஒரு விஷயம். இவர்கள் ஏதோ ஒரு நிலையில் 'கதாநாயகி' என்று சொல்லப்பட்டவர்கள். சிலுக்கு கவர்ச்சி நடிகை என்கிற பெயரை மாத்திரமே இறுதிவரை வைத்துக்கொண்டு, பல படங்களின் தலைவிதியைத் திருத்தி எழுதியிருக்கிறார்.

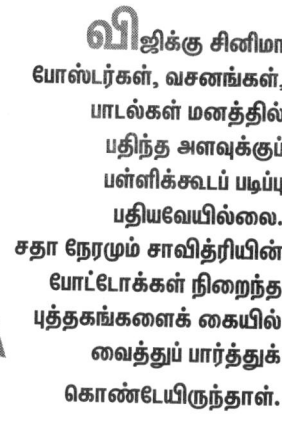

3

விஜிக்கு சினிமா போஸ்டர்கள், வசனங்கள், பாடல்கள் மனத்தில் பதிந்த அளவுக்குப் பள்ளிக்கூடப் படிப்பு பதியவேயில்லை. சதா நேரமும் சாவித்ரியின் போட்டோக்கள் நிறைந்த புத்தகங்களைக் கையில் வைத்துப் பார்த்துக் கொண்டேயிருந்தாள்.

விஜியின் கதை

'என் புருஷனைப் பார்த்தீங்களா?'

நரசம்மா ஊரிலுள்ள ஒவ்வொருவர் இடமும் விசாரித்துக்கொண்டு இருந்தார்.

'அண்ணே.. என் வீட்டுக்காரரு இங்கிட்டு வந்தாரா?'

தேடித் தேடிக் களைத்துப் போனார். அவருக்குப் புரிந்து விட்டது. காணாமல் போன புருஷன் என்றால் தேடிக் கண்டுபிடிக்கலாம். போலீஸுக்குச் சென்றுகூட புகார் கொடுக்கலாம். ஆனால் வேண்டாம் என்று விட்டு விட்டு இன்னொருத்தியுடன் ஓடிப் போனவரை என்ன செய்ய முடியும்?

'அந்தாளு போனாப் போகட்டும். எனக்குத் துணையா ரெண்டு புள்ளைங்க இருக்காங்க' மனத்தைத் தேற்றிக் கொண்டாள். அவளது இயல்பு வாழ்க்கை தொடர்ந்தது.

அது ஆந்திர மாநிலம் இராஜ மகேந்திரபுரம் அருகிலிருந்த பேவாலி

கிராமம். ஏலூர் ரயில்வே ஸ்டேஷனில் இருந்து அப்போது மாட்டு வண்டியில் மட்டுமே போகமுடியும். ரேடியோ கூட இல்லாத குக்கிராமம்.

அங்கிருந்த குடிசைகளில் வாழ்ந்த அன்றாடங்காய்ச்சிகளில் ஒருவர் நரசம்மா.

அவருக்கு ஒரு பெண் குழந்தை இருந்தது. பெயர் விஜயலட்சுமி. இரண்டாவதாக ஓர் ஆண் குழந்தை பிறந்த சில நாள்களுக்குள் அவரது புருஷன் ஓடிப் போய் விட்டார்.

விவசாயக் கூலி என்று ஆரம்பித்து கிடைத்த மற்ற கூலி வேலைகளையும் சேர்த்து பார்த்தார். மூன்று வயிறுகளுக்கு உழைக்க வேண்டுமே! குழந்தைகளைப் பக்கத்துக் குடிசையில் அன்னபூரணி அம்மாள் வீட்டில் விட்டுவிட்டு வயல் வேலைக்குப் போனார்.

'பாப்பா, பக்கத்தூரு கொட்டாய்ல இன்னிக்கு புதுப் படம் மாத்தியிருக்கான். சாயங்கால ஆட்டத்துக்கு உன்னை அழைச்சுட்டுப் போறேன்.'

விஜயலட்சுமி என்ற விஜிக்கு அம்மாவைவிட அவ்வப்போது சினிமாவுக்கு அழைத்துப் போகிற அன்னபூரணியை அதிகம் பிடித்துவிட்டது. அன்னபூரணி விஜியைச் செல்லமாக 'பாப்பா' என்றே அழைத்தார்.

நாலாவது வரையில் பள்ளிக்கூடம் படிக்கப் போனாள் விஜி. போகிற வருகிற வழியில் சாவித்ரி நடித்த சினிமா போஸ்டர்களை வெகு ஆர்வத்துடன் நின்று பார்ப்பாள். விஜிக்கு சினிமா போஸ்டர்கள், வசனங்கள், பாடல்கள் மனத்தில் பதிந்த அளவுக்குப் பள்ளிக்கூடப் படிப்பு பதியவேயில்லை.

விஜி தன் குடிசையிலிருந்து, தன் மாமியாரின் குடிசைக்கு இடம் பெயர்ந்தாளே தவிர வறுமை இடம்பெயரவில்லை.

பா. தீனதயாளன்

சதா நேரமும் சாவித்ரியின் சினிமா போட்டோக்கள் நிறைந்த புத்தகங்களைக் கையில் வைத்துப் பார்த்துக் கொண்டேயிருந்தாள்.

அப்போது அவளுக்கு வயது சுமார் எட்டு. கருப்பாக இருந்தாள் விஜி. ஆனாலும் மனத்துக்குள் தன்னை சினிமா நட்சத்திரமாக எண்ணி மகிழ்வாள். 'கருப்பாக இருந்தால் என்ன, எனக்குப் பிடித்த நடிகை சாவித்ரியும் கருப்புதானே!' என தனக்குத் தானே சொல்லிக் கொள்வாள். வறுமையின் கோரப் பிடியில் அகல விரிந்த தன் கண்களை இன்னும் அகல விரித்து சாவித்ரியைப் போல், தன்னையும் ஒரு நடிகையாகப் பாவித்துக்கொண்டு 'ஓ தேவதாஸ்' என்று பாடித் திரிந்தாள். பல நேரங்களில் அந்தக் கற்பனைதான் அவளது பசியை நிஜத்தில் மறக்கச் செய்தது.

விஜி பருவமெய்தினாள். அடுத்த சில காலத்தில் திருமணம் என்றொரு சடங்கு நடந்தது. புருஷன் என்றொருவன் வந்தான்.

விஜி தன் குடிசையிலிருந்து, தன் மாமியாரின் குடிசைக்கு இடம் பெயர்ந்தாளே தவிர வறுமை இடம்பெயரவில்லை.

தாலி, தாம்பத்யம், புருஷன், மாமியார்.. இதெல்லாம் சில நாள்களே! ஒத்துவரவில்லை. சாவித்ரி போல் நடிகையாக வேண்டும் என்கிற கனவு மட்டுமே அவளிடம் மிச்சமிருந்தது. புகுந்த குடிசையை உதறிவிட்டு மீண்டும் பேவாலிக்கே வந்துவிட்டாள்.

'சரி பாப்பா.. அழாதே! நான் இருக்கேன்ல. நீ எதுக்கும் கவலைப்படாதே' அன்னபூரணி அன்புடன் அடைக்கலம் கொடுத்தாள்.

அந்தச் சிறிய கிராமத்தில் இருந்து சினிமாக் கனவு கண்டு கொண்டிருப்பதில் என்ன பிரயோசனம்?

அன்னபூரணியும் விஜியும் அந்த ஊரை விட்டுக் கிளம்பினார்கள்.

4

விஜி குண்டாக, குள்ளமாக, கருப்பாக, வறுமை தாண்டவமாடிய முகமாக, யாரையும் கவரவேயில்லை. அபர்ணா வீட்டில் விஜியைக் கூப்பிட்டார்கள். நடிப்பதற்கு அல்ல. வீட்டு வேலைகளைச் செய்யும் எடுபிடியாக.

விசிட்டிங் கார்டு

*ர*யில் சென்னையை நோக்கி வந்து கொண்டிருந்தது.

'பாப்பா, நீ பெரிய சினிமா ஸ்டாரா வரப்போற. எனக்கு மெட்ராசுல சினிமாக்காரங்க சில பேரைத் தெரியும். எப்படியாவது அவங்ககிட்ட சொல்லி உன்னை சினிமாவுல நடிக்க வைக்க வேண்டியது என் பொறுப்பு' அன்னபூரணி மட்டும் விஜிக்கு தைரியம் சொல்லிக் கொண்டு வந்தார்.

சாயாதேவி என்ற பழம்பெரும் தெலுங்கு நடிகையை அன்ன பூரணிக்குத் தெரியும். அவர் மூலமாக சின்னச் சின்ன சினிமா வாய்ப்புகளாவது வாங்கிவிடலாம் என்கிற நம்பிக்கை வலுத்தது.

விஜி சென்னையில் காலடி எடுத்து வைக்கும்போது நெருக்கடி நிலை பிரகடனப்படுத்தப்பட்டிருந்தது. தங்குவதற்கு ஏதாவது இடம் வேண்டுமே? அன்னபூரணியின்

உறவினர் ஒருவர் உதவினார். பாரிமுனையில் அங்கப்ப நாயக்கன் தெருவில் இருந்த சத்திரம் ஒன்றில் தங்குவதற்கு இடம் வாங்கிக் கொடுத்தார். கொஞ்ச காலம் அங்கிருந்தார்கள். பின்பு அந்த உறவினர் வீட்டிலும் சிறிது நாள். எவ்வளவு நாள்கள் இப்படிச் சமாளிக்க முடியும்?

மீண்டும் மீண்டும் சாயாதேவியைச் சென்று சந்தித்ததில் ஒரு வழி கிடைத்தது. அபர்ணா என்றொரு கவர்ச்சி நடிகை அப்போது கொஞ்சம் பிரபலமாக இருந்தார். சாயாதேவியின் சிபாரிசின் பேரில் சாலிகிராமம் காவேரி நகரில் இருந்த அபர்ணாவின் அம்மா வீட்டின் வெளிப்புறத்தில் ஓர் ஓரத்தில் தங்க இடம் கிடைத்தது.

ஒரு பையில் கொஞ்சம் துணிமணிகள். ரெண்டு தட்டு. தம்ளர். கூடவே ஒரு நாய்க்குட்டி. விறகு வைத்து அன்னபூரணி

சமைப்பார். அவர் சாப்பிடுகிற தட்டிலேயே நாய்க்கும் சாப்பிட வைப்பார்.

அப்போதைக்குத் தங்கும் பிரச்னை தீர்ந்தது. விஜிக்காக, அன்னபூரணி ஸ்டூடியோ ஸ்டூடியோவாக அலைய ஆரம்பித்தாள். பார்க்கிற சினிமாக்காரர்கள் எல்லோரிடமும் வாய்ப்பு கேட்டுக் கெஞ்சினாள். காலில் விழுவதற்குக் கூடத் தயங்கவில்லை.

ம்ஹூம், பிரயோசனமில்லை. ஏனென்றால், விஜி அப்போது பார்க்க அத்தனை எடுப்பாக இல்லை. குண்டாக, குள்ளமாக, கருப்பாக, வறுமை தாண்டவமாடிய முகமாக, யாரையும் கவரவேயில்லை.

அந்நிலையில் அபர்ணா வீட்டில் விஜியைக் கூப்பிட்டார்கள். நடிப்பதற்கு அல்ல. வீட்டு வேலைகளைச் செய்யும் எடுபிடியாக. அன்னபூரணிக்கு சமையல் வேலை. அங்குள்ள அவுட் ஹவுசிலேயே இருவரும் தங்கிக் கொண்டார்கள்.

அபர்ணா நல்ல சிவப்பு. நடிகை என்கிற பந்தா. அபர்ணாவின் பேச்சு, நடை, உடை, பாவனை, அவரது வீட்டுக்கு காலை முதல் இரவு வரை வந்து போகும் சினிமாக்காரர்கள் எல்லாமே விஜிக்கு பிரமிப்பூட்டியது. வாழ்ந்தால் நடிகையாகத் தான் வாழ வேண்டும் என்று நினைத்துக் கொண்டாள்.

நாளடைவில் சினிமா நடிகை ஆகவேண்டும் என்கிற ஆசை வெறியாக மாறியது. ஆனால் என்ன செய்ய? அப்போதைக்கு ஒரு நடிகைக்கு கை, கால் பிடித்துவிடும் பாக்கியம் மட்டுமே கிடைத்தது. தெரியாமல் செய்யும் சின்னச் சின்னத்

சீப்பில் அடி வாங்குவது வலித்தாலும் எப்போதாவது ரஜினி, கமலை கிட்டத்தில் பார்ப்பது விஜிக்கு சந்தோஷம் கொடுத்தது.

தவறுகளுக்கெல்லாம் அபர்ணாவிடம் அடி உதை வாங்கிக் கொண்டு இருந்தாள்.

விஜிக்கு பிரமோஷன் கிடைத்தது. வீட்டு வேலைக்காரி என்ற நிலையிலிருந்து, அபர்ணாவின் டச் அப் பெண் ஆனாள். நடிகைகளுக்குப் பின்னால் நாள் பூராவும் சீப்பு, கண்ணாடி, லிப்ஸ்டிக் என்று தட்டு சுமந்தபடி திரிகிற வேலை. அவ்வப்போது சீப்பில் அடி வாங்குவது வலித்தாலும் எப்போதாவது ரஜினி, கமலை கிட்டத்தில் பார்ப்பது விஜிக்கு சந்தோஷம் கொடுத்தது.

நாள்கள் இப்படியே நகர்ந்து கொண்டிருந்தன. டச் அப் பெண்ணாகவே தன் வாழ்க்கை முடிந்துவிடுமோ என்ற பயம் கூடியது. அபர்ணாவோடு அதற்கு மேல் வாழ விஜிக்கு உடம்பிலும் மனசிலும் வலு இல்லை. எனவே அங்கிருந்து வெளியேறினார்கள்.

ஒரு விதத்தில் அபர்ணாவின் டச் அப் பெண்ணாக இருந்ததன் மூலம் விஜிக்கு, பல சினிமாக்காரர்களின் அறிமுகம் கிடைத்திருந்தது. அப்போதைக்கு அவளுக்குக் கிடைத்த பெரிய விசிட்டிங் கார்டாக அது உதவியது.

5

கிழிந்த ரவிக்கையைக் கொஞ்சம் தைக்கச் சொன்னால் 'டாக்கா போட்டாத்தானா, அப்படியே ஆட முடியாதா?' என்று ஆளுக்கு ஆள் அசிங்கமாகப் பேசினார்கள்

சார்... ஒரு டவல் கொடுங்க!

12 ஏ சாரதாம்பாள் தெரு, சாலி கிராமம்.

ஐந்நூறு ரூபாய் வாடகை. அன்ன பூரணியும் விஜியும் அந்தச் சிறிய வீட்டில் குடியேறினார்கள். சினிமா ஸ்டுடியோக்களுக்கு அருகிலேயே அந்த வீடு இருந்தது.

சினிமா நடிகை ஆக வேண்டு மென்றால் நடனம் ஆடத் தெரிய வேண்டாமா? அன்னபூரணி சலீம் மாஸ்டரிடம் பேசினாள்.

'சினிமாவுக்கு என்ன தேவையோ அந்த டான்ஸை மட்டும் பாப்பா வுக்குக் கத்துக் கொடுத்தீங்கன்னா நல்லாயிருக்கும்.'

சலீம் மாஸ்டரும், அவரது உதவி யாளரும் விஜிக்கு நடனம் கற்றுக் கொடுத்தனர்.

முதலில் மலையாளப் படங்களில் சின்னச் சின்னதாக வாய்ப்புகள் வந்தன. எல்லாமே துணை நடிகைகள் போல் கூட்டத்தில் ஒருவர் என்கிற அளவில்தான். கிடைக்கும்

சிறிய சிறிய வேடங்கள் எல்லாம் சித்திரவதையாக அமைந்தன.

நாற்றமடிக்கிற, பட்டன்கள் இல்லாத ரவிக்கைகளை அணிந்து கொண்டுகூட நடிக்க வேண்டியது வந்தது. சேப்ஃடி பின் கேட்டால், கிழிந்த ரவிக்கையைக் கொஞ்சம் தைக்கச் சொன்னால் 'டாக்கா போட்டாத்தானா, அப்படியே ஆட முடியாதா?' என்று ஆளுக்கு ஆள் அசிங்கமாகப் பேசினார்கள். சினிமாவில் தானும் நுழைந்து விட்டோம் என்ற எண்ணத்திலேயே எல்லாவற்றையும் பொறுத்துக் கொண்டாள்.

'சினிமால லட்சம் பேரு. நீ திறந்து காட்டறதைப் பார்க்கப் போறான். இங்கே மட்டும் காட்டுறதுக்குக் கூசுதோ...'

நடிகையாக வேண்டுமென்றால். விதவிதமாக புகைப்படங்கள் எடுத்து ஆல்பம் ஒன்று கைவசம் வைத்திருக்க வேண்டுமே! ஸ்டில் போட்டோகிராஃபர் பூஷன் என்பவர் விஜியை விதவிதமாக ஸ்டில்கள் எடுத்துக் கொடுத்தார். என்ன செய்ய, விஜியின் முகத்தில் துறுதுறுப்பு தெரியவில்லை. புகைப்படங்களில் மந்தமாகத் தான் தெரிந்தார்.

அவரது ஸ்டில்களைப் பார்த்து எல்லோரும் கேலி பேசினார்கள்.

'இந்தப் பெண் எப்படி சினிமாவில் பேர் வாங்கும்?'

'ஆசைக்கும் ஒரு அளவு வேணும். இதெல்லாம் சினிமா நடிகையாகணும்னு கிளம்பி வந்திருக்கு பாரு!'

பலரது வார்த்தைகள் சுட்டாலும் விஜி தன் நோக்கத்திலிருந்து பின்வாங்கவே இல்லை.

ஒருநாள், பாரதிராஜாவின் அலுவலகத்தில் இருந்து விஜிக்கு அழைப்பு வந்தது. ஆயிரம் கனவுகளுடன் சென்றாள். அப்போது 'புதிய வார்ப்புகள்' படத்துக்காக நடிக்க ஆள் எடுத்துக் கொண்டிருந்தார்கள்.

படத்தில் பூக்காரி கதாபாத்திரத்தில் நடிக்க மேக்கப் டெஸ்ட் எடுத்தார்கள். பாரதிராஜாவுக்குத் திருப்தி ஏற்படவில்லை. பின்பு அந்த வேடம் சதிஸ்ரீ என்கிறவருக்குப் போனது. விஜிக்கு ஏமாற்றமே மிஞ்சியது.

மலையாளப் பட ஷூட்டிங் ஒன்று.

மதுவும் லட்சுமியும் ஜோடி. கதைப்படி கதாநாயகன் மது பெண் பித்தன். கணவர் மதுவைத் தேடி நீச்சல் குளத்துக்குப் போகிறார் லட்சுமி. அங்கு ஏழெட்டு பெண்களுடன் நீச்சல் குளத்தில் மது உல்லாசமாக இருக்க, அதைப் பார்த்து லட்சுமி அதிர்ச்சி அடைவது போல காட்சி.

மதுவுடன் நீச்சல் குளத்தில் உல்லாசமாக இருப்பது போல நடிப்பதற்கு ஏழெட்டு துணை நடிகைகள் நீரில் கிடந்தார்கள். அதில் விஜியும் ஒருத்தி. இவ்வளவு குறைவான உடை அவளுக்கு மிகவும் புதுசு. சுற்றிலும் மனிதர்கள் நிற்க அந்த ஈர உடையில் மிகவும் அசௌகரியமாக உணர்ந்தாள். மிகவும் யோசித்துத் தயங்கி தயங்கி யூனிட் நபர் ஒருவர் முன் சென்று நின்றாள். அந்த ஆள் அவளை ஓர் அலட்சியப் பார்வை பார்த்தான்.

‘சா.. சார், ஒரு டவல்.. இருந்தா கொடுங்க.’

அவள் குரல் அவளுக்கே கூட கேட்கவில்லை. அப்படியொரு கூச்சம், அதைவிட பயம்! ஆனால் அடுத்த நொடி எது நடைபெறக்கூடாது என்று நினைத்தாளோ அது நடந்தே விட்டது.

‘ஏன் சினிமால லட்சம் பேரு, நீ திறந்து காட்டறதைப் பார்க்கப் போறான். இங்கே மட்டும் காட்டுறதுக்குக் கூசுதோ...’

அந்த நபரிடம் இருந்து தொடர்ந்து பல கெட்ட வார்த்தைகள், வக்கிர உணர்வோடு வெளிவந்தன. மொத்த யூனிட்டும் அங்கே பார்வையைக் குவிய விட, கூனிக் குறுகிப் போனாள்.

ஒவ்வொரு சொல்லும் ஒவ்வொரு விதத்தில் அவளைப் பாதித்தது. ரணப்படுத்தியது. தற்கொலை செய்து கொள்ளலாமா என்று கூட தோன்றியது. அவளுக்கு உயிரை விடுவது பெரிய விஷயமில்லை. அதற்குள் சினிமாவை ஒரு கை பார்த்துவிட வேண்டும் என்கிற வெறி பிறந்து விட்டது.

6

அந்த
வெற்றுப் பார்வை
தன் வாழ்வின்
வெற்றிடத்தை நிரப்பி
வெற்றிகளைத்
தேடித் தரப்போகிறது
என்று விஜிக்கு
அப்போது தெரியாது.

கள்ளுக்கடையில் பிள்ளையார் சுழி

சென்னை விருகம்பாக்கம் அபுசாலி தெரு. மாலை நேரங் களில் தன் வீட்டு பால்கனியில் அமர்ந்தபடி காற்று வாங்குவார் வினு சக்கரவர்த்தி. தம் மனத்தில் நினைத்திருக்கும் கதாபாத்திரத்துக்கு ஏற்ற பெண் கிடைப்பாளா மாட்டாளா என்ற எண்ணம் அவருக்குள் ஓடிக் கொண்டிருந்தது.

உசிலம்பட்டியில் பிறந்து, மைசூரில் ஸ்டேஷன் மாஸ்டராக வேலை பார்த்த வினு சக்கரவர்த்திக்கு சினிமா மேல் தீராத ஆசை. அதனால் வேலையை விட்டுவிட்டு, கன்னட சினிமாவின் பிரபல இயக்குநர் புட்டண்ணா கனகலுக்குக் கதாசிரியராகப் பணிபுரிந்து கொண்டிருந்தார்.

மைசூரில் மாலை நேர கள்ளுக் கடைகளில் மேலாடையில்லாத பெண்கள் சாராயம் ஊற்றிக் கொடுப்பர். அந்தச் சூழலை மையமாக வைத்து வினு சக்கரவர்த்திக்கு கதைக் கரு ஒன்று உருவானது. மைசூர்

மார்க்கெட்டில் அன்றாடம் பார்த்த காட்சிகளை மையப்படுத்தி கதை ஒன்றை எழுதினார். அதைப் படமாக எடுக்க எண்ணினார். சாராயம் விற்கும் பெண்ணாக நடிக்க வைக்கப் பல பெண்களை, முன்னணி நடிகைகளைப் பார்த்தார். ஆனால் யாருமே பொருத்தமானவர்களாகத் தெரியவில்லை.

அப்படிப்பட்ட ஒரு கதாபாத்திரத்துக்கு தமிழ்நாட்டில் எந்தப் பெண்ணுமே பொருத்தமாக இருக்க மாட்டாள் என்றே எண்ணினார்.

அவரது வீட்டுக்கு எதிரேயே ஒரு மாவு அரைக்கும் மிஷின். போர்டு கூட இல்லாமல் வாசலில் கூரை வேய்ந்து அமைதியாக தோன்றும். மாலை நாலரை மணி இருக்கும். சைக்கிள் ரிக்ஷா ஒன்று வந்து நின்றது. அதிலிருந்து விஜி இறங்கினாள். சாயம்போன நீல நிறப் பாவாடை தாவணி அணிந்திருந்தாள்.

வினு சக்கரவர்த்தி அவளை உற்றுப் பார்த்துக்கொண்டே இருந்தார். வினாடிகளின் யுகம் கடந்து முடிந்தது. விஜியும் நிமிர்ந்து நேராக அவரைப் பார்த்தாள். அதில் எந்தவித எதிர்பார்ப்பும் இல்லாத வெறுமை. மிளகாய்த் தூள் அரைக்க வந்த அவளது அங்க அசைவுகளையே அவர் கவனித்துக்கொண்டிருந்தார். கருப்பாக இருந்தாலும் பதினெட்டு வயதுக்கே உரிய இளமைப் பூரிப்பு அவரைக் கவர்ந்தது.

இந்தப் பெண் கள்ளுக்கடை கதாபாத்திரத்துக்கு ஒத்து வருமா?

மிளகாய்த் தூள் அரைத்து முடிந்தாயிற்று. மீண்டும் ரிக்ஷாவில் ஏறிய விஜி, திரும்பவும் வினு சக்கரவர்த்தியைப் பார்த்தாள். அதே வெற்றுப் பார்வை.

அந்த வெற்றுப் பார்வை தன் வாழ்வின் வெற்றிடத்தை நிரப்பி வெற்றிகளைத் தேடித் தரப்போகிறது என்று விஜிக்கு அப்போது தெரியாது.

சினிமா தொழிலாளர்கள் அதிகம் பேர் புழங்கும் பகுதி அது. அந்தப் பெண் போனதும் தெருவைப் பார்த்தார்

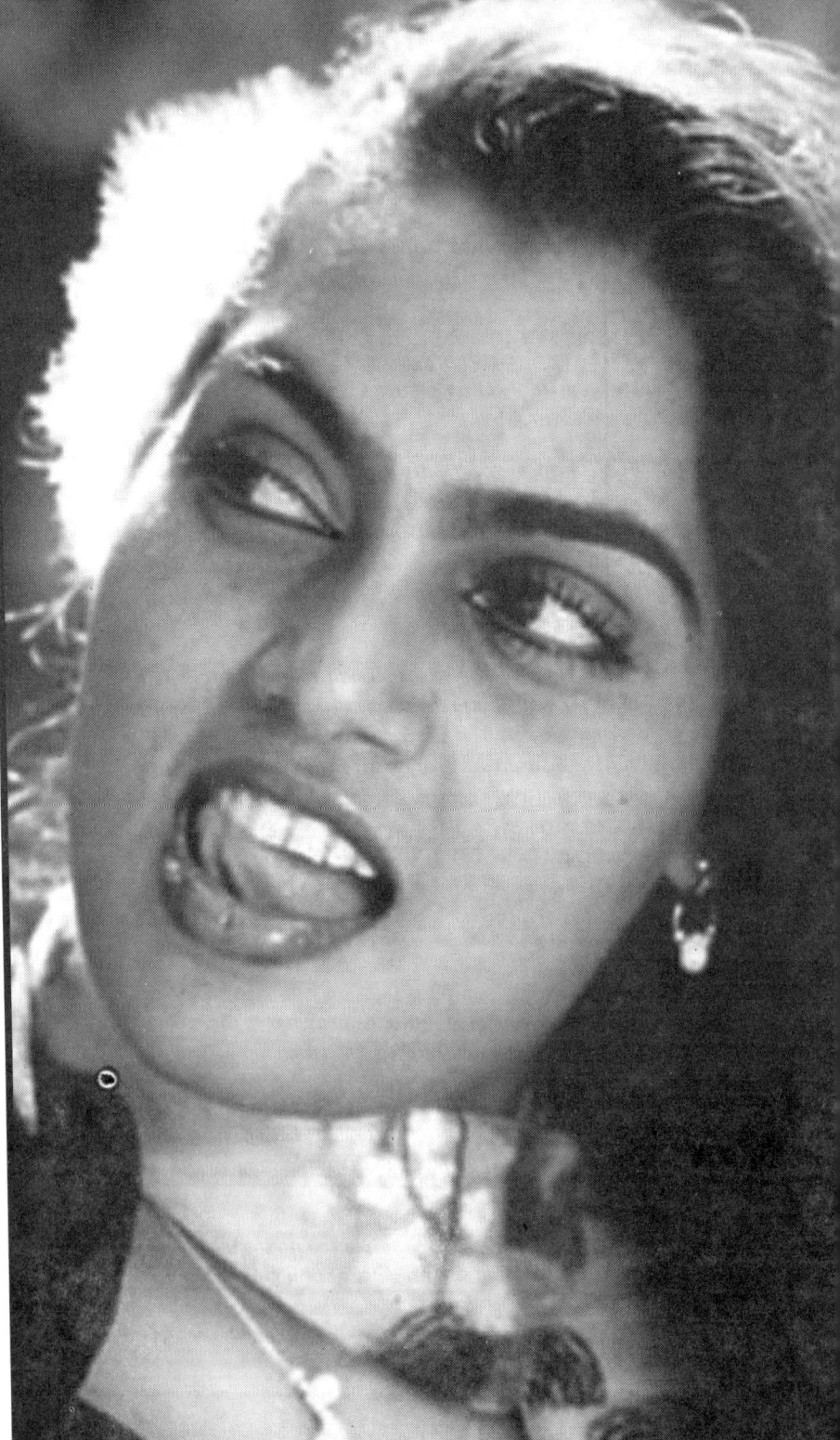

வினு சக்கரவர்த்தி. அவர் கண்ணில் ஹேர் டிரஸ்ஸர் தேவராஜ் தட்டுப்பட்டார். அவரை அழைத்து விஜி குறித்து விசாரித்தார்.

'அபர்ணா வீட்ல இருக்கு' என்று பதில் வந்தது.

உடனே நடிகை அபர்ணா வீட்டுக்கு போன் செய்தார். 'அந்த பொண்ணு... அதுதான் மாவு மிஷினுக்கு வந்துதே, ஆங்.. அதுதான். அதைக் கொஞ்சம் அனுப்பி வைக்கறீங்களா. நம்ம படத்துல ஒரு சின்ன வேஷம்...'

விஜி, வினுசக்கரவர்த்தி முன்பு வந்து நின்றாள்.

'உம் பேர் என்ன?'

'விஜய மாலா.. விஜின்னு கூப்பிடுவாங்க'

'சாராயம் விக்கிற பொண்ணா ஒரு படத்துல நடிக்கணும்.'

ஒரு வாய்ப்புக்காகத்தானே அவள் இத்தனை நாள்களாக ஏங்கிக் கொண்டிருந்தாள்!

வினு சக்கரவர்த்தி தனது அடுத்த கேள்வியைக் கேட்டார்.

'க்ளாமரா நடிப்பியா?'

விஜி ஒரு கணமும் தயங்கவில்லை. தனது சம்மதத்தை உடனடியாக அவருக்குத் தெரிவித்தார். நடிக்க வேண்டும். அவ்வளவுதான். கதவு திறப்பது ஒன்றுதான் பிரச்னை. திறந்துவிட்டால் உள்ளே சென்று கோட்டை கட்டி ஆண்டுவிட முடியும்.

சினிமாவில் நடிக்க ஒரு பெண்ணுக்குள் இத்தனை ஆர்வமா என்று வினு சக்கரவர்த்தி அதிர்ந்து போனார்.

ஆகவே தனது தயக்கமின்மையைத் தயங்காமல் அவருக்கு வெளிப்படுத்தினாள். தயக்கமின்மை என்றால் எதற்கும். எந்த எல்லைக்கும்.

சினிமாவில் நடிக்க ஒரு பெண்ணுக்குள் இத்தனை ஆர்வமா என்று வினு சக்கரவர்த்தி அதிர்ந்து போனார். சுதாரித்துக் கொண்டு,

‘அவ்வளவெல்லாம் இல்லம்மா. சும்மா சொல்லுவாங்க! நான் சொல்ற மாதிரி நடிச்சா போதும்.’

வினு சக்கரவர்த்தி

விஜிக்கு மனத்தில் ஆயிரம் சந்தோஷக் கற்பனைகள் ஓட ஆரம்பித்தன.

நடிகை ஸ்மிதா பட்டீலை வினு சக்கரவர்த்திக்கு ரொம்பப் பிடிக்கும். விஜியின் தோற்றம், அவருக்கு ஸ்மிதா பட்டீலை ஞாபகப்படுத்திற்று. அந்த பதினெட்டு வயதுக்குரிய விஜியின் தேகப் பொலிவு பட்டு போல தோன்றியது. விஜிக்கு என்ன பெயர் வைக்கலாம் என்று யோசித்த அவர், ‘பட்டு’ என்பதை சில்க் என்றும், தன் அபிமான நடிகை ஸ்மிதாவின் பெயரையும் இணைத்தார்.

‘நீதான் சிலுக்கு. யாராவது உன் பேர் என்னன்னு கேட்டா ‘சிலுக்கு சுமிதா’ன்னு சொல்லு!’

விஜியால் நம்பவே முடியவில்லை. புதிய பெயர். புதிய வாழ்க்கை. அதுவரை அனுபவித்துக் கொண்டு இருந்து நரகத்தின் நொடிகள் இனிமேல் விடைபெற்றுவிடும் என்றே தோன்றியது. வானுக்கும் பூமிக்குமாக எகிறிக் குதிக்காத குறை!

மாங்காடு காமாட்சி கோயில் குங்குமத்தை சிலுக்கு சுமிதாவின் நெற்றியில் வைத்துவிட்டார். வினு சக்கரவர்த்தியின் கால்களில் விழுந்து நமஸ்கரித்தார் சிலுக்கு சுமிதா. அவர் எழுந்து நின்றபோது நூறு ரூபாயை அவரது கைகளில் அட்வான்ஸாகக் கொடுத்தார்.

சிலுக்கு சுமிதாவின் வாழ்க்கைச் சக்கரம், வண்டிச் சக்கரத்தில் இருந்து சுற்ற ஆரம்பித்தது.

●

வண்டிச் சக்கரம் படத்துக்கு முதலில் வைக்கப்பட்ட தலைப்பு 'வா மச்சான் வா'. மூன்று வருஷங்களாக வினுசக்கரவர்த்தியின் மனசுக்குள் ஊறியிருந்த கதை. பாரதிராஜா கதையைக் கேட்டுவிட்டு வினு சக்கர வர்த்தியையே ஹீரோவாகப் போட்டு எடுக்கிறேன் என்றார். ஆனால் அதற்குள் பாரதி ராஜாவுக்கு சிகப்பு ரோஜாக்களை டைரக்ட் செய்ய வாய்ப்பு வந்தது.

அதன்பின் திருப்பூர் மணி இந்தக் கதையைத் தயாரிக்க முன்வந்தார்.

புத்தம் புது அம்பாஸிடர் கார். எண் 1188. திரைக்கதை எழுத மைசூர் புறப்பட்ட வினுசக்கரவர்த்தியுடன் காரில் அமர்ந்திருந்தார் சிலுக்கு சுமிதா.

கவர்ச்சியான உடையுடன், நிறையவே நகைகளுடன் கைகளில் சாராய பாட்டிலுடன் வெளியான சிலுக்கின் ஸ்டில் மிகப் பிரபலமானது.

ஷூட்டிங்குக்கு பத்து நாள்கள் முன்பே மைசூர் போய் விட்டார்கள். மைசூர் மகாராஜா ஊர்வலம் போகிற வீதியில் ஆசிர்வாத் ஹோட்டலில் தங்க வைக்கப்பட்டார் சிலுக்கு.

விவேகானந்தா பிக்சர்ஸ்

'வா மச்சான் வா'

என்கிற விளம்பரம் தினத்தந்தியில் வெளியானது அன்று!

மைசூர் மார்க்கெட்டில் சிலுக்கின் முதல் ஷாட்.

மேக் அப் எல்லாம் போட்டு சிலுக்கு வந்து நின்றார்.

'எப்படியோ இருந்த பொண்ணை எப்படிய்யா இப்படி ஆக்கினே?' என்று சிவகுமார் வினு சக்கரவர்த்தியிடம் ஆச்சரியப்பட்டார்.

'சோபியா லாரன் மாதிரி ஒரு ஆர்ட்டிஸ்டை உருவாக்கிட்டிங்க!' என்று தன் வாழ்த்துகளைக் கூறினார் சரிதா.

‘ஒன்பதே நாள்ல எப்படிய்யா இப்படி உருவாக்க முடிஞ்சது’ என்று திருப்பூர் மணி பிரமித்துப் போனார்.

சிலுக்கு சுமிதா நடித்த முதல் காட்சி!

கள்ளுக்கடை.

‘வரார் வரார் நம்ம ஆளு வரார்’ என்று சொல்லும் சிலுக்கின் முகத்தில் பூரிப்பு.

‘உனக்காக ஸ்பெஷல் சரக்கு வெச்சிருக்கிறேன். உட்காரு’ என்று சிவகுமாரை வரவேற்கிறார்.

‘குடிக்கிறதுக்கு இருக்குது. தொட்டுக்கறதுக்கு...’ என்கிறார் சிவகுமார்.

‘நான் இருக்கேன் இல்ல!’ என்று சிரிக்கிறார் சிலுக்கு.

சிவகுமாரும் சிலுக்கும் நடித்த அந்தக் காட்சி ஒரே டேக்கில் ஓகே ஆயிற்று.

படத்தின் டைரக்டர் கே.விஜயன். வாழ்க்கையின் மேடு பள்ளங்களை சந்திக்கும் தொழிலாளி ஒருவனின் கதை

என்பதால் வண்டிச் சக்கரம் என்று பெயர் மாற்றம் செய்யப்பட்டது. சிலுக்கு போர்ஷனை ஏழு நாட்கள் படம் பிடித்தார்கள்.

சென்னை வால்டாக்ஸ் ரோட்டில் சால்ட் குவார்ட்டர்ஸ் என்ற இடம் உண்டு. சால்ட்டு கொட்டாய் என்பார்கள் பாமர மக்கள். அங்கு சாராயக் கடைகள் மிகப் பிரபலம். அங்கு கிடைத்த பாடல்தான், 'வா மச்சான் வா வண்ணாரப்பேட்டை.'

கவர்ச்சியான உடையுடன், நிறையவே நகைகளுடன் கைகளில் சாராய பாட்டிலுடன் வெளியான சிலுக்கின் ஸ்டில் மிகப் பிரபலமானது.

எம்.ஜி.ஆர். இரண்டாவது முறையாக முதல்வரானார். சாராயக் கடைகளைத் திறந்தார். மதுவிலக்கு தமிழ்நாட்டிலிருந்து விடைபெற்றது. தமிழ்நாட்டின் எல்லா சாராயக் கடைகளிலும் புலவர் புலமைப்பித்தன் எழுதிய 'வா மச்சான் வா' பாடல் ஒலித்தது.

வண்டிச் சக்கரத்தில் சிலுக்கு ஐந்தே காட்சிகளில்தான் நடித்தார்.

ஆகஸ்டு 29, 1980 - ல் 'வண்டிச் சக்கரம்' ரிலீசாயிற்று.

தமிழ்நாட்டு குடிமக்கள் சிலுக்கைக் கண்களில் நிறுத்தியபடியே சாராயத்தைச் சுவைத்துக் குடித்தார்கள். சிலுக்கின் பெயர் பிரபலமானது.

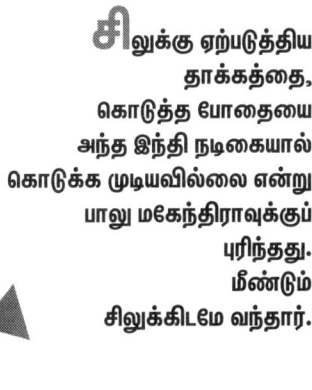

7

சிலுக்கு ஏற்படுத்திய
தாக்கத்தை,
கொடுத்த போதையை
அந்த இந்தி நடிகையால்
கொடுக்க முடியவில்லை என்று
பாலு மகேந்திராவுக்குப்
புரிந்தது.
மீண்டும்
சிலுக்கிடமே வந்தார்.

மூன்றாம் பிறையில் முழு நிலவு

பாலு மகேந்திராவை இந்தியா வெங்கும் அடையாளம் காட்டிய படமாக மூன்றாம் பிறை மனத்தில் தங்கிற்று. மகத்தான வெற்றியும் பெற்றது.

தமிழ் சினிமாவில் 'நிகழ்வுகள் மறத்தல்' வியாதியை அடிப்படை யாகக் கொண்டு எடுக்கப்பட்ட படம் அது. ஏற்கெனவே அமர தீபம், நினைவில் நின்றவள், உள்ளத்தில் குழந்தையடி போன்றவை அதே கதைப் பின்னணியில் வெளிவந்திருந்தன.

ஷோபாவின் தற்கொலை ஏற்படுத்திய மன உளைச்சல் களிலிருந்து பாலுமகேந்திராவை மீட்டு மீண்டும் அவருக்குப் புது வாழ்வு தந்தது மூன்றாம் பிறை.

மூன்றாம் பிறையின் கலை வெற்றிக்கு ஆயிரம் காரணம் இருக்கலாம். ஆனால் வணிக ரீதியான வசூலுக்கு கமல் சிலுக்கின் ஜோடி நடனம்

முக்கியக் காரணமாக இருந்தது. ஷோபாவுடனான காலம் கடந்த நினைவுகளின் கருத்தோவியமே மூன்றாம் பிறை என்று பாலுமகேந்திரா கருதினார்.

ஸ்ரீதேவி, கமல் தவிர சிலுக்கும் அதனால் அகில இந்தியப் புகழ் பெற்றார். மூன்றாம் பிறை இந்தியில் சத்மா ஆனது. சிலுக்கு நடித்த முதல் இந்திப் படமாக சத்மா வெளி வந்தது.

தியேட்டரில் மக்களுக்கு மத்தியில் மூன்றாம் பிறை பார்த்தார் சிலுக்கு. ரசிகர்கள் தன்னைக் கொண்டாடிய விதத்தில், இடைவிடாமல் எழுந்த விசில் சத்தங்களில் சந்தோஷமாய் அழத் தோன்றியது

சிலுக்கின் முதல் கவர்ச்சி நடனப் பாடல் மூன்றாம் பிறையில் வந்த 'பொன்மேனி உருகுதே'. சிலுக்கின் பொன்மேனி உருகியதில் தமிழ் சினிமா 'சிலுக்கே சரணம்' என்றே மாறிப் போனது.

நடனமே தெரியாத சிலுக்கு, சுந்தரம் மாஸ்டர் சொல்லித் தந்தபடியே ஆடினார். பொன்மேனி உருகுதே ஆடி முடிவதற்குள் சினிமா வாழ்க்கையே அவருக்குப் போதும் போதும் என்றிருந்தது. ஊட்டியிலும் வியர்த்தது.

வெறும் கால்களுடன் பனிப் பிரதேசத்தில் ஆடியபோது கடும் குளிராலும் நடன அசைவுகள் நேர்த்தியாக வராத பயத்தாலும் மிகவும் தவித்துப் போய்விட்டார் சிலுக்கு.

தியேட்டரில் மக்களுக்கு மத்தியில் மூன்றாம் பிறை பார்த்தார் சிலுக்கு. ரசிகர்கள் தன்னைக் கொண்டாடிய விதத்தில், இடைவிடாமல் எழுந்த விசில் சத்தங்களில் சந்தோஷமாய் அழத் தோன்றியது. தமிழ் சினிமாவில் இனி தன் கொடி மாத்திரமே உயரே பறக்கப்போகிறது என்கிற தன்னம்பிக்கை வலுப்பெற்றது.

'மூன்றாம் பிறையில் கமலுடன் நான் சேர்ந்து ஆடும் காட்சியை எல்லோரும் பாராட்டினார்கள். இந்தப் பாராட்டில் பெரும் பகுதி கமல்ஹாசனையே சேரும்' என்று கமலுக்கு நன்றி சொல்லவும் சிலுக்கு மறக்கவில்லை.

படத்தில் அவர் வயதான பூர்ணம் விஸ்வநாதனின் இளம் மனைவி. விருப்பமெல்லாம் கமலின் மீது. வெறும் கவர்ச்சி நடனக்காரியாக மட்டுமல்லாமல் ஒரு சிறு கதாபாத்திரமாகவும் சிலுக்கின் பாகம் படைக்கப்பட்டிருந்தது.

கொடுத்த வேலையை அவர் கச்சிதமாகச் செய்திருந்தார். படம் வெளியானபோது அத்தனை பத்திரிகைகளும் போட்டி போட்டுக்கொண்டு சிலுக்கைப் புகழ்ந்திருந்தன.

'உடம்பு இருக்கட்டும். வெறும் கண்களாலேயே காமத்தின் போதையை ஏற்றுவதில் சிலுக்குக்கு நிகர் சிலுக்குதான்' என்று குமுதம் குஷியாகப் பாராட்டியது.

'கிளாமருக்காகவும் செக்ஸுக்காகவும் ஒரு டான்ஸை கம்போஸ் பண்ணுவது என்னைப் பொறுத்தமட்டிலும் பிடிக்காத காரியம். டைரக்டர்களின் விருப்பத்தைப் பொறுத்து அப்படி அமைக்கிறேன். எனக்கு ஆர்ட்டிஸ்டிக்காக நடனத்தை அமைப்பதே பிடிக்கும். மூன்றாம் பிறையில் கமலும் சிலுக்கும் ஆடுவதற்காக நான் அமைத்த நடனத்தில் கிளாமர், செக்ஸ், ஆர்ட்டிஸ்டிக் டச் மூன்றும் இருக்கும். அதனால்தான் படத்தின் ஹைலைட்டுகளில் அது ஒன்றாக இன்றும் பேசப்பட்டு வருகிறது. சத்மாவில் அந்த நடனத்தைப் பார்த்துவிட்டு பாராட்டுக் கடிதங்கள் இந்தியாவெங்கிலும்

இருந்து வந்தது' என்று நடனம் அமைத்த சுந்தரம் மாஸ்டர் பெருமைப்பட்டுக் கொண்டார்.

மூன்றாம் பிறையை சத்மாவாக இந்தியில் கொடுக்கத் தயாரானபோது கமலும் ஸ்ரீதேவியும் நடிக்க ஒப்புக் கொண்டார்கள். சிலுக்கு நடிக்க மறுத்தார். இந்தி வாய்ப்புக்காக எத்தனையோ பேர் ஏங்குகிற போது, சிலுக்குக் கூடுதலாகப் பணம் கேட்டு கெடுபிடி செய்தார்.

'மூன்றாம் பிறையால் உனக்கு மார்க்கெட் சூடு பிடித்திருக்கிறது. என்னிடமே நிறையச் சம்பளம் கேட்கிறாயே?' என்று கோபித்துக் கொண்டார் பாலுமகேந்திரா. ஆனாலும் சிலுக்கு இறங்கி வரவில்லை.

சத்மாவில் சிலுக்குக்கு மாற்றாக வேறு ஒரு இந்தி கிளாமர் நடிகை ஆடினார். சப்பென்று போயிற்று. சிலுக்கு ஏற்படுத்திய தாக்கத்தை, கொடுத்த போதையை அந்த இந்தி நடிகையால் கொடுக்க முடியவில்லை என்று பாலு மகேந்திராவுக்குப் புரிந்தது. மீண்டும் சிலுக்கிடமே வந்தார். சிலுக்கு கேட்ட அதிகத் தொகையைக் கொடுக்க ஒப்புக் கொண்டார். சிலுக்கு பாலிவுட்டிலும் தடம் பதித்தார்.

சிலுக்கின் அருமை தெரிந்ததும், உடனடியாகத் தனது 'நீங்கள கேட்டவை' படத்தில் அவருக்குக் கதாநாயகி பிரமோஷன் கொடுத்தார் பாலுமகேந்திரா.

8

ஊரெங்கும் சிலுக்கு சிலுக்கு என்று ஜபம் பண்ண ஆரம்பித்தார்கள். தமிழ்நாட்டின் பல ஒயின் ஷாப்களுக்கு இரவோடு இரவாக சிலுக்கு பெயர் சூட்டப்பட்டு சீரியல் பல்புகள் எரியத் தொடங்கின.

'யம்மா'வும் சில கிள்ளல்களும்

'நேத்து ராத்திரி யம்மா' பாடல் வெளியாகிப் பல காலம் ஆகிவிட்டது. இன்றுவரை அன்று மூட்டிய தீயின் தகிப்பு அணையாமல் அப்படியே வைத்துக் கொண்டிருக்கிறது. ஆரம்பத்தில் இப்பாடல் பலத்த எதிர்ப்புகளை சம்பாதித்தது. ஆனாலும் வெற்றி உறுதியான பிறகு சர்ச்சைகள் எம்மாத்திரம்?

'பெரிய இடத்துப் பெண்' என்கிற எம்.ஜி.ஆர். படத்தை உல்டா செய்து எடுக்கப்பட்டது 'சகலகலா வல்லவன்'.

கே. பாலசந்தரின் எல்லா படங்களிலும் நடித்தவாறு நகரங்களைத் தாண்டாதிருந்தவர் கமல்ஹாசன். அவரைக் கமர்ஷியல் ஹீரோவாகப் பட்டி தொட்டிகளில் அடையாளம் காட்டிய முதல் படம் - சகலகலா வல்லவன். அதற்கு அதி முக்கியக் காரணமாக அமைந்தது கமலும் - சிலுக்கும் ஆடி நடித்த நேத்து ராத்திரி யம்மா பாடல் காட்சி.

சகலகலா வல்லவனில் சிலுக்கு ஆடவேண்டும் என்று சிபாரிசு செய்தவர் புலியூர் சரோஜா. அலைகள் ஓய்வதில்லை ஷூட்டிங் முட்டத்தில் நடைபெற்றபோது ராதாவுக்கு நடனம் சொல்லித்தரப் போனார் புலியூர் சரோஜா. ஆனால் கதாநாயகி ராதாவை விடவும் சரோஜாவைக் கவர்ந்து இழுத்தது சிலுக்கின் வசீகரமான உடற்கட்டுதான்.

நடனம் ஆடுவதற்கு ஏற்ற உடல்வாகு இருந்தும் இந்தப் பெண்ணுக்கு இதில் நடனம் ஆட வாய்ப்பு இல்லையே என்று சரோஜா குறைபட்டுக் கொண்டார் தனக்குள்.

சிலுக்கை சிறந்த ஆட்டக்காரியாக்க வேண்டும், தன்னால் அது இயலும் என்று மனதார நம்பினார் சரோஜா. அதற்கான வாய்ப்பை சகலகலா வல்லவன் ஏற்படுத்தித் தந்தது.

இந்த பாடல் காட்சி நான்கு நாட்கள் படமாக்கப்பட்டது. சிலுக்குக்காக நிறைய நடன ரிகர்சல்கள் செட்டிலேயே நடந்தது. கமல் அங்கிருந்தால் சிலுக்கு டென்ஷன் ஆவார் என்பதால் அவர் ரிகர்சல் நேரங்களில் செட்டை விட்டு வெளியே அனுப்பப்பட்டார்.

கமலும் நடனம் ஆடுவதற்கு சிலுக்குக்கு முழு ஒத்துழைப்பு கொடுத்தார். சகலகலா வல்லவனில் சிலுக்கு நடனம் மட்டும் ஆடவில்லை. படத்தின் முக்கிய கதாபாத்திரமாகவும் இருந்தார்.

ஏவி.எம் செட்டியாரின் எதிர்பாராத மறைவுக்குப் பிறகு படத்தொழிலில் தங்களை மீண்டும் வெற்றிகரமாக நிரூபிக்க வேண்டிய நிர்பந்தத்தில் இருந்தார்கள் ஏவி.எம் குமாரர்கள். நீண்ட இடைவேளைக்குப் பிறகு அவர்கள் தயாரித்து, வெள்ளிவிழா கொண்டாடிய முதல் படம் 'சகலகலா வல்லவன்.'

அப்போது தமிழ் சினிமா புதிய முகம் கொண்டிருந்தது. எங்கு திரும்பினாலும் புதிய புதிய இளைஞர்கள் அரிதாரம் பூசிக்கொண்டு நடிக்க கேமரா முன்பு நின்றார்கள். இன்னார்தான் நடிக்க வேண்டும், இன்னார்தான் படம் எடுத்து இயக்க வேண்டும் என்கிற நியதிகளும் கட்டுப்பாடுகளும் பாரதிராஜா என்கிற தனி மனிதரின் காலத்தை வென்ற

கிராமியப் படைப்புகளால் காலவெள்ளத்தில் அடித்துச் செல்லப்பட்டு விட்டது.

தமிழ் சினிமாவின் மிகப்பெரிய நடிகராக சினிமாவைத் தன் கட்டுப்பாட்டுக்குள் வைத்திருந்த எம்.ஜி.ஆர். தமிழக முதல்வராகி இருந்தார். மரபுகளை மீறிய யதார்த்தப் படங்களின் பதிவு தமிழ் சினிமாவில் அதிகரித்தது.

துரை, பாரதிராஜா, மகேந்திரன், பாலுமகேந்திரா, மௌலி, கே.பாக்யராஜ், மனோபாலா, ராபர்ட் ராஜசேகரன், ஜெயபாரதி என்று பல புதிய டைரக்டர்களின் கைகளில் தமிழ் சினிமா மஞ்சள் குளித்துக் கொண்டு ஆரோக்கியமாக இருந்தது.

மக்கள் இதைத்தான் ரசிப்பார்கள், இப்படித்தான் படமெடுக்க வேண்டும் என்று சினிமா உலகில் சொல்லிக்கொடுக்கப்

பட்டுக்கொண்டிருந்த பாடங்களை இந்தப் புதிய அலை இளைஞர்கள் கிழித்துக் கடாசிவிட்டுத் தம் கற்பனைப்படி, ஆத்மார்த்தமாகப் படமெடுத்தார்கள். மண்ணும் மனிதர்களும் அசலாக வெளிப்படத் தொடங்கின. மனித உறவுகளுக்கு முக்கியத்துவம் கொடுக்கப்பட்டது. மலிவான செண்டிமெண்ட், ரசனைக்குறைவான காட்சிகள், ஆபாச அசைவுகள், இரட்டை அர்த்தங்கள் எல்லாம் அடங்கி, தமிழிலும் தரமான படங்கள் வரும் என்கிற நம்பிக்கையை உருவாக்க இந்தப் படை பெரும்பாடு பட்டுக்கொண்டிருந்த காலம் அது. ஆங்காங்கே சில சறுக்கல்கள் இருந்தாலும், பொதுவில் தமிழ் சினிமாவின் எதிர்காலம் பிரகாசமாக இருப்பது போன்ற தோற்றமே பெரிதாகத் தெரிந்தது.

ஆனால் சகலகலா வல்லவனின் வணிக ரீதியான வரலாறு காணாத வசூல், தமிழ் சினிமாவை மீண்டும் மசாலா படங்களைத் தயாரிக்கும் திசைக்கே மாற்றிவிட்டது.

நேற்று ராத்திரியம்மா பாடலும், நடன அசைவுகளும் கடும் ஆபாசமாக இருந்ததாகக் குற்றச்சாட்டுகள் பெருகியது. அதே வேளை அந்தப் பாடலுக்காகவே படம் தீ வைத்த மாதிரி ஓடிக்கொண்டும் இருந்தது. விடலைகள் தியேட்டர்களை விட்டு நகர மறுத்தார்கள். சீசன் டிக்கெட் கிடைத்தால் வாங்கி வைத்துக்கொண்டு தினசரி நான்கு காட்சிகள் பார்க்கப் பலர் தயாராக இருந்தார்கள். ஊரெங்கும் சிலுக்கு சிலுக்கு என்று ஜபம் பண்ண ஆரம்பித்தார்கள். தமிழ்நாட்டின் பல ஒயின் ஷாப்களுக்கு இரவோடு இரவாக சிலுக்கு பெயர் சூட்டப்பட்டு சீரியல் பல்புகள் எரியத் தொடங்கின.

சகலகலாவல்லவன் வெள்ளி விழாவைத் தமிழக முதல்வர் எம்.ஜி.ஆர். தலைமையில் கொண்டாடி மகிழ்ந்தது ஏவி.எம். நிறுவனம்.

சிலுக்கைப் போலவே நேற்று ராத்திரி யம்மா நடனம் மூலம் புது வாழ்வு பெற்ற இன்னொருவர் புலியூர் சரோஜா. சகலகலாவல்லவன் நடனம் மூலம் திருப்தியடைந்த ஏவிஎம். சரோஜாவுக்குத் தனியாக 'மாஸ்டர்' என்கிற அங்கீகாரத்தை வழங்கியது. இந்தப் படத்தில் இருந்தே நடனம் புலியூர் சரோஜா என்று டைட்டில் கார்டில் போடத் தொடங்கினார்கள்.

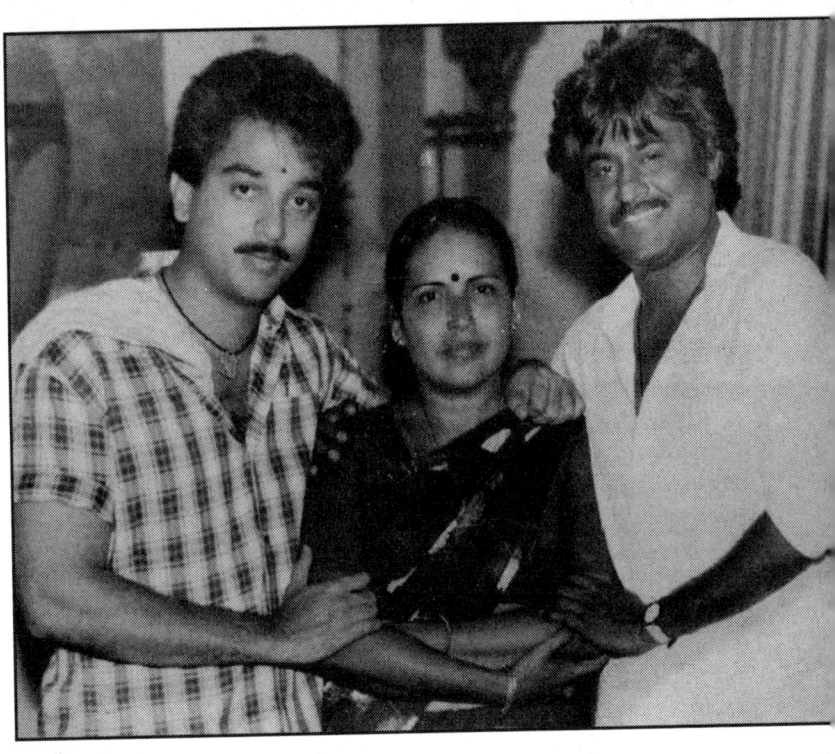

கமல், புலியூர் சரோஜா, ரஜினி

ஆனால் அத்தனை சுலபத்தில் அமைந்துவிட்ட நடனம் இல்லை அது.

சரோஜா சிலுக்குக்கு நடனம் அமைத்த விதத்தில் படத்தின் இயக்குநர் எஸ்.பி. முத்துராமனுக்கு இரத்த அழுத்தம் எகிறி விட்டது. அந்த ஆட்டத்தின் அசைவுகள் அத்தனையும் சென்சாரில் சிக்குமோ என்கிற பயத்தில் முத்துராமன் தன் விரல்களால் சரோஜாவுக்கு கத்திரி காண்பித்துக் கொண்டே இருந்தார்.

கிளிப் பிள்ளைக்குச் சொல்வது போல சரோஜா சிலுக்குக்கு நடன அசைவுகளைக் கற்றுக் கொடுத்தார். 'இந்தக் களிமண்ணை எப்படி ஆட வைக்கப் போகிறோம். உடம்பு இருக்கிறதே தவிர நடன அசைவுகள் சட்சட்டென்று வரவில்லை. சுட்டுப் போட்டாலும் முகத்தில் நடிப்பு வரவில்லையே' என்று சரோஜாவுக்கும் திகிலாகவே இருந்தது. ஆனால் சிலுக்கு தன்னை முழுமையாக சரோஜாவிடம் ஒப்படைத்துவிட்டார்.

'அக்கா நீங்க எப்படி ஆடிக் காண்பிக்கிறீர்களோ, அதே மாதிரி நான் இன்னொரு வாட்டி ஆடிக்

காண்பிக்கிறேன்' என்று தனக்கு ஆடத் தெரியாவிட்டாலும் முயற்சி செய்தார். சரோஜாவே பாடலுக்கு ஏற்றபடி சிலுக்கின் இரு கால்களையும் தூக்கிப் பிடித்து ஒவ்வொரு அடியாக எடுத்து வைக்க வேண்டி வந்தது.

இயக்குநர் எஸ்.பி. முத்துராமனுக்கு இரத்த அழுத்தம் எகிறி விட்டது. அந்த ஆட்டத்தின் அசைவுகள் அத்தனையும் சென்சாரில் சிக்குமோ என்கிற பயத்தில் முத்துராமன் தன் விரல்களால் சரோஜாவுக்கு கத்திரி காண்பித்துக் கொண்டே இருந்தார்.

முயற்சி தொடர்ந்து கொண்டிருந்தாலும் கால தாமதமும் ஃபிலிம் செலவும் இயக்குநருக்கு எரிச்சல் அளித்துக்கொண்டே இருந்தன. இயல்பில் சாந்த ஸ்வரூபியான எஸ்.பி. முத்துராமனுக்கும் ஒரு கட்டத்தில் கோபம் உச்சத்தைத் தொட்டது. அவர் சிலுக்கால் ஏற்படுகிற பிலிம் சேதங்கள் குறித்துக் கவலைப்பட்டார்.

'நீ என்ன வாங்குன முழு பிலிமையும் குத்தகைக்கு எடுத்துட்டியா? ஒம்பது டேக் வாங்குறியே...'

மொத்தப் பாடல் காட்சியில் வியர்வை சிந்தி மூன்று நான்கு ஷாட்டுகள் சிலுக்கை சிரமப்பட்டு ஆட வைத்தார் சரோஜா. கொஞ்சம் நிம்மதி தோன்றியது.

'சுமி இதைவிட பெட்டராக ஆடணும். டான்ஸுக்கு மூவ்மெண்ட், ஸ்டெப் மட்டும் முக்கியம் இல்ல. எஸ். ஜானகி உயிரைக் கொடுத்து பாடியிருக்காங்க. அவங்க குரலின் எக்ஸ்பிரஷன் கவனி! அதுபடி உன் முகத்துல ஆக்ஷன் இருக்கணும். அப்பத்தான் இந்த சாங் ஹிட்டாகும்'

சிலுக்குக்கு சரோஜா சொன்னது புத்தியில் ஏறவேயில்லை. எஸ். ஜானகி குரலில் ஒலித்த 'யம்மா' என்ற வார்த்தையிலுள்ள போதையை சிலுக்கு உணரவேயில்லை.

பொறுத்துப் பொறுத்துப் பார்த்தார் சரோஜா. கேமரா லைட்கள் எல்லாவற்றையும் ஆன் செய்ய சொல்லிவிட்டு கீழே உட்கார்ந்து ஸ்டார்ட் செய்ய சொன்னார்.

'நேற்று ராத்திரி' என்ற வார்த்தைகள் முடிந்தது. சரோஜா, அடுத்த வார்த்தையான 'யம்மா' ஒலிக்கும்முன் சிலுக்கின் இடுப்பில் பலமாக ஒரு கிள்ளு கிள்ளினார்.

சிலுக்குக்கு வலி பொறுக்கவில்லை. அதுவரை 'அம்மா' என்று சாதாரணமாக உணர்வை வெளிப்படுத்திய சிலுக்கு, அப்போது மிகச்சரியாக 'யம்மா' என்றார். கிள்ளல் வலி ஏற்படுத்திய அவஸ்தை சிலுக்கின் முகத்தில் போதையூட்டும் உணர்வாக வெளிப்பட ரசிகர்கள் சிலிர்த்துப்போய் சீட்டின் நுனிக்கே வந்து விட்டார்கள்.

சரோஜாவைப் பொறுத்தவரை அது வாழ்க்கைப் பிரச்னை. சிலுக்குக்கோ, வாழ்க்கையே பிரச்னை. பட்ட கஷ்டங்கள் ஆயிரம் இருந்தாலும் அந்த ஒரு பாடலில் இரண்டு பேரும் உச்சாணிக் கொம்புக்குப் போய் உட்கார்ந்தார்கள் என்பது மட்டும் மறுக்கமுடியாத உண்மை.

9

ஆடவே தெரியாத
அப்பாவிப் பெண்ணாக
கதாநாயகி
கனவுகளோடு,
கால் நடையாக
கம்பெனி கம்பெனியாக
ஏறி இறங்கிய
சிலுக்கு சுமிதாவின்
ஆட்டத்தைத்தான்
எல்லாத் தயாரிப்பாளர்களும்
விரும்ப ஆரம்பித்தார்கள்.

சிலுக்கே சரணம்!

சினிமாவில் கவர்ச்சி ஆட்டக்காரிகளை 'ஐட்டம் செய்கிறவர்கள்' என்று அழைத்தார்கள். எண்பதுகள் வரை இதுவே நிலைமை. அவர்க ளுக்கு அத்தனைப் பெரிய மரியாதை இருந்ததாக வரலாறு இல்லை.

சிலுக்கு தமிழ் சினிமாவுக்கு வரும்போது ஜெயமாலினி நிறையவே கவர்ச்சி நடனங்கள் ஆடி விட்டார். அது மக்களுக்குத் திகட்டிப் போய் இருந்தது.

புதுசாக ஆட வந்த சிலுக்கை அனை வருக்கும் பிடித்துப் போனது. கவர்ச்சி நடிகைகளுக்கும் கதாநாயகிகளுக்கு மேலான வணிக ரீதியான மரியா தையையும் கௌரவத்தையும் முதன்முதலில் தென்னக சினிமாவில் உண்டாக்கினார் சிலுக்கு சுமிதா.

அதுவரையில் ஜோதிலட்சுமி, விஜயலலிதா, ஜெயமாலினி போன்ற கவர்ச்சி நடிகைகள் ஏற்படுத்தாத தாக்கத்தை சிலுக்கு சுமிதாவின் கவர்ச்சி நடனங்கள் ஏற்படுத்துவதாக சகலரும் நம்பினார்கள்.

1981-ல் தொடங்கி 1984 வரை சிலுக்கின் அரைகுறை ஆடை நடனங்களே, பெரும்பாலும் கோடம்பாக்கத்தின் கல்லா பெட்டிகள் நிறையக் காரணமாக இருந்தன.

ஆடவே தெரியாத அப்பாவிப் பெண்ணாக கதாநாயகி கனவுகளோடு, கால் நடையாக கம்பெனி கம்பெனியாக ஏறி இறங்கிய சிலுக்கு சுமிதாவின் ஆட்டத்தைத்தான் எல்லாத் தயாரிப்பாளர்களும் விரும்ப ஆரம்பித்தார்கள்.

அன்றைய அத்தனை முன்னணி தென்னக கதாநாயகிகளும் சிலுக்கைக் கண்டு பொறாமைப்பட்டார்கள். அவர்களிடம் இல்லாத கம்பீரமும் கவர்ச்சியும் ஆர்வமும் துணிவும் சிலுக்கிடம் உடலோடு உடலாக ஒன்றிக் கிடந்தது. அன்றைய நாயகிகள் மொத்தப் படத்துக்கும் வாங்கும் சம்பளத்தைவிட அதிகமாக சிலுக்கு தன் ஒரே நடனத்துக்கு வாங்கினார்.

தமிழ்நாட்டில் சிலுக்கை மையப்படுத்தி ஏகப்பட்ட சுவாரஸ்யமான சம்பவங்கள் நடைபெற்றன. தமிழ்நாடு சட்டசபையில்கூட ஏதேதோ விவாதங்களுக்கு இடையில் சிலுக்கு சுமிதா பற்றிய பேச்சும் கலந்து போனது. ஆன்மீக இலக்கிய பட்டிமன்ற பேச்சாளர்கள் கூடிய கூட்டங்களிலும் 'நேத்து ராத்திரி யம்மா' பாடல் குறித்து பரபரப்பாகப் பேசப்பட்டது.

எங்கே, யார்தான் சிலுக்கு ரசிகராக இருப்பார் என்றே சொல்லமுடியாத நிலை. நடிகர் கமல்ஹாசனின் தந்தை ஒரு சிலுக்கு ரசிகர். இது கமலுக்கே அன்று வியப்பான விஷயம்.

ஒருநாள் கமலிடம் அவரது அப்பா 'உன்னைக் காட்டிலும் ஒரு பெரிய நட்சத்திரத்தை நான் சந்திக்க ஆசைப்படுகிறேன்' என்றார்.

'யார்?' என்று கேட்டார் கமல்.

'சிலுக்கு சுமிதா'.

அது மூன்றாம் பிறையைப் பார்த்தபிறகு எழுந்த ஆவல். சந்திப்புக்கு ஏற்பாடு செய்தார் கமல்.

சந்திப்புக்கு முன்பு சிலுக்கிடம் கமல், 'இப்போது என் அப்பா வருவார். சட்டென்று அவர் கையில் ஒரு முத்தம்

கொடு' என்று சொன்னார். நடப்பதைப் பார்க்க மறைவாக நின்றுகொண்டார்.

கமலின் விருப்பப்படியே, அவரது தந்தை சீனிவாசன் வந்தவுடன் அவரது உள்ளங்கையில் தன் உதடுகளைப் பதித்து முத்தமிட்டு வரவேற்றார் சிலுக்கு. திகைத்துப் போனார் சீனிவாசன்.

கமல் மறைவிலிருந்து வெளியே வந்து கைகொட்டிச் சிரித்தார்.

மூன்றாம் பிறைக்காக முதன்முதலாகக் கமல்ஹாசன் தேசிய விருது பெற்றார். சிலுக்குக்குப் பரிசு எதுவும் கிடையாது. விளம்பரமும் புகழும்தான். அதனாலென்ன? அவர் அத்தனைத் தரப்பினரையும் கவரக்கூடியவராக இருந்தார்.

கேள்வி : தமிழ் சினிமா இப்போது எப்படி இருக்கிறது?

பதில் : சிலுக்கென்றிருக்கிறது!

1983 பிப்ரவரி மாதம் வெளியான ஒரு பத்திரிகை கேள்வி பதில் இது.

தமிழ் சஞ்சிகைகள் மட்டுமல்ல, இந்தியா முழுவதும் வெளியான அத்தனை தினசரிகளும், வார, மாத இதழ்களும் சிலுக்கின் படங்களை வெளியிட்டும், அவரைப் பற்றியச் செய்திகளுக்கு முன்னுரிமை கொடுத்தும் அவரது புகழ் வளர்த்தன. சிலுக்கின் பேட்டி வராத மும்பை பத்திரிகைகளே அப்போது இல்லை.

ஆனால் சிலுக்கு அதற்காகச் சந்தோஷப்படவில்லை.

கமலின் தந்தை சீனிவாசன் வந்தவுடன் அவரது உள்ளங்கையில் தன் உதடுகளைப் பதித்து முத்தமிட்டு வரவேற்றார் சிலுக்கு. திகைத்துப் போனார் சீனிவாசன்.

மாறாக, 'பத்திரிகை யாளர்கள் என்னை வைத்துத்தான் பிழைத்துக்கொண்டு வருகிறார்கள்' என்று கூறினார்.

நிருபர்கள் அதை சட்டை செய்யவே இல்லை. 'சிலுக்கு தன் அஸ்திவாரத்தை ஆட்டிப் பார்க்கிறார்' என்று சின்னதாக எதிர்ப்புக் காட்டிவிட்டு இன்னும் அதிகமாக சிலுக்கு புராணம் பாட ஆரம்பித்தன.

சிலுக்கு நகம் கடித்துத் துப்பினாலும் சிலுக்கு கடித்துத் துப்பிய நகம் இது என்று போட்டோவோடு செய்தி போட்டார்கள்.

'இந்தப் புகழ் எத்தனை ஜென்மம் எடுத்தாலும் யாருக்கு வரும்! இந்தப் புகழ் தமிழ் சினிமா ரசிகர்கள் தந்தது' என்று சிலுக்கு மனதார நன்றி சொன்னாலும், மீடியா குறித்த அவரது அலட்சியப் போக்கு மட்டும் மாறவேயில்லை.

சிலுக்கின் பெயரால் தமிழ் நாடெங்கும் புதிது புதிதாக மன்றங்கள் உருவாயின. மதுரையில் சிலுக்கு ரசிகர் மன்றம் ஒன்று தனிக்கொடியே பறக்க விட்டது.

மஞ்சள் நிறத்தில் இருந்த அந்தக் கொடியில் மத்தியில் கருப்பு நிறத்தில் இதயம் போன்று ஒரு சின்னமும் பதிக்கப்பட்டு இருந்தது. மதுரை ரசிகர்கள் தங்களுடைய கைகளில் சிலுக்கின் உருவத்தைப் பச்சைக் குத்திக் கொண்டு திரிந்தார்கள்.

பத்து லாட்டரி சீட்டுகளை மொத்தமாக வாங்குபவர்களுக்கு மதுரை லாட்டரி சீட்டுக் கடைக்காரர் ஒருவர் சிலுக்கின் கவர்ச்சிப் படத்தைப் பரிசாக வழங்கினார்.

அன்றைய தமிழ்நாட்டு மக்களின் அன்றாட வாழ்வில் சிலுக்கும் ஓர் அங்கமாகிக் கிடந்தார்.

தமிழ்நாட்டு மக்கள் எதைச் செய்தாலும் அதை சிலுக்கோடு சம்பந்தப்படுத்திக் கொண்டு செய்தார்கள். மக்கள் சம்பந்தப்படுத்தாவிட்டால், பத்திரிகைகள் அதை தலையாய கடமையாகச் செய்து முடித்தன.

தமிழ் நாட்டில் அன்று மிக அதிகமாக விற்பனை ஆகிக் கொண்டிருந்த வார இதழ் குமுதம் புதிதாக ஓர் அறிவிப்பை வெளியிட்டது.

'நான்கே வாரத்தில் வாசகர்களுக்குத் தெலுங்கு கற்றுத் தருகிறார் சிலுக்கு!'

பள்ளி கல்லூரிகள் ஆரம்பமாகும் ஜூன் மாதத்தில் வெளியான அந்த அறிவிப்பு, பலத்த எதிர்பார்ப்பை உருவாக்கியது. வாசகர்கள் மட்டுமல்ல, அன்றைய பிரபல எழுத்தாளர்களும் சிலுக்கிடம் தெலுங்கு கற்றுக் கொள்ள விரும்பினார்கள். அதை சிலுக்கிடமும் சமயம் வாய்த்தபோது பெருமையாகச் சொன்னார்கள்.

இந்த 'சுந்தர' ஐடியாவால் குமுதம் விற்பனை மேலும் அதிகரித்தது. தெலுங்கு கற்றுக் கொடுத்த சிலுக்கு அடித்த கவலையான கமெண்ட் இது.

'தாராளமாகக் கற்றுக் கொள்ளலாம். ஆனால் கற்றுக் கொண்டவர்கள் சரியாகப் பேசுகிறார்களா இல்லையா என்பதை, என்னிடம் பேசினால்தானே நான் கண்டு பிடிக்க முடியும்? இதைப் படித்து விட்டு என்னிடம் தெலுங்கு பேசிக் காட்ட, கூட்டமாக வந்து விடாமல் இருக்க வேண்டும்!'

10

'படங்கள் ஓடியதற்கு சிலுக்கு மட்டுமே காரணம்னு சொல்லக் கூடாது. சிலுக்கு சினிமாவுக்கு பிளஸ் ஆக இருந்தார். அடிஷனல் அட்ராக்ஷன்! கூடுதலா இன்னொரு பாயசம் விருந்துல போட்டு மாதிரி. சிலுக்கை நடிக்க வைத்தால் கலெக்ஷன் பெட்டராக இருக்கும்'

ஆப்பிள்!

ஆதாம் ஏவாள் காலம் தொடங்கி ஆப்பிள் கவர்ச்சியோடு ஒன்று கலந்த கனியாகக் கருதப்படுகிறது.

சிலுக்குக்குப் புகழ் கூடியதிலும் ஆப்பிளுக்குக் கணிசமானப் பங்கு உண்டு.

அது ஒரு மலையாள சினிமா ஷூட்டிங். தவிரவும் ஆப்பிள் சீசன்.

ஒரு நாளைக்கு பதினைந்து இளநீராவது கேட்கும் சிலுக்குக்காக டஜன் கணக்கில் ஆப்பிள்கள் வந்து குவிந்தன.

ஷாட் இடைவேளையில் சிலுக்கு ஆசையாக ஓர் ஆப்பிளை எடுத்துக் கடித்துச் சுவைத்தார். அதைப் பார்த்துக் கொண்டிருந்தார் ஒருவர். அவர் பிழைக்கத் தெரிந்த மனிதர்.

சினிமாவில் எல்லா சுகமும் கிடைக்கும். ஆசைப்பட்டதை ரசித்து நிதானமாகச் சாப்பிட நேரம் கிடைக்காது. அதற்குள் 'ஷாட் ரெடி' என்று குரல் வந்துவிடும்.

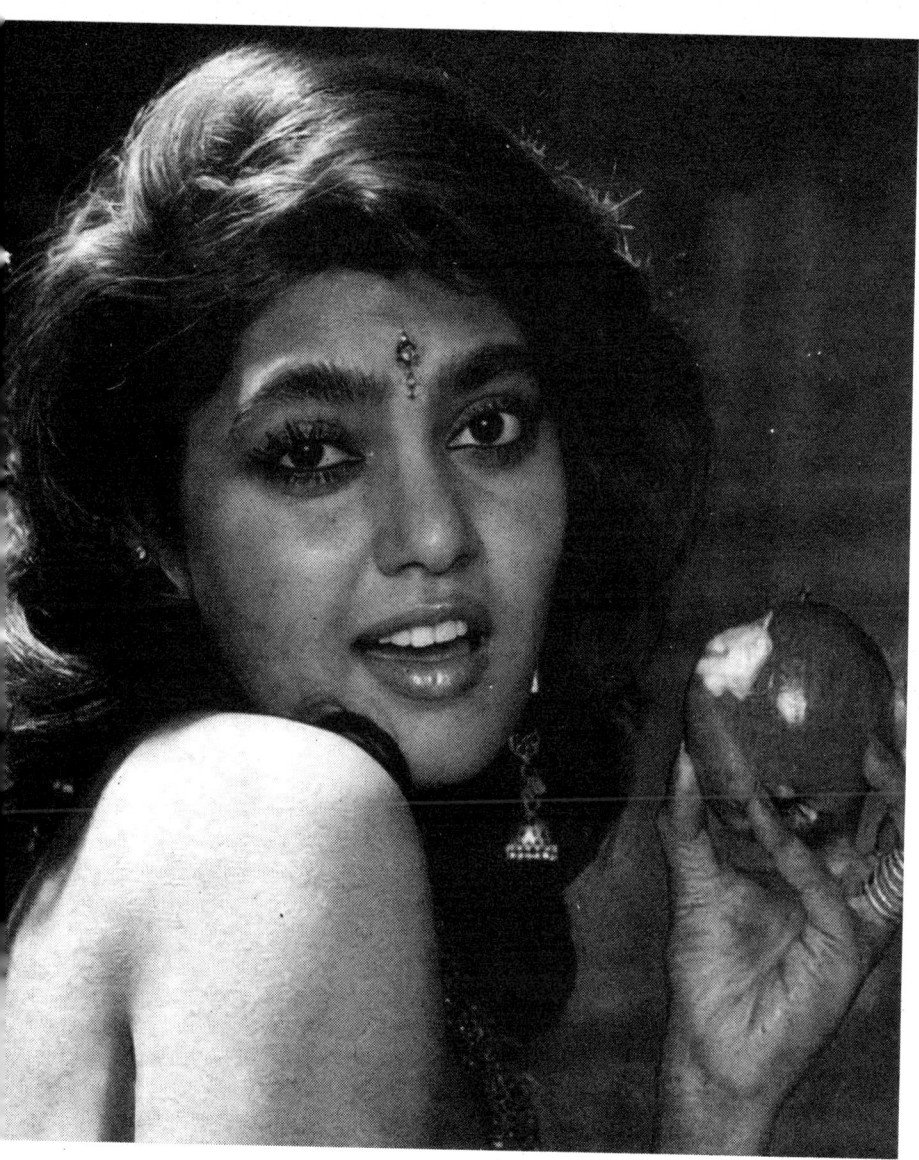

சிலுக்கு ஆப்பிளை ஒரு கடி கடித்திருந்தார். அதற்குள் ஆட அழைத்து விட்டார்கள்.

ஆப்பிளை வந்து சாப்பிடலாம் என்று வைத்து விட்டு செட்டுக்குள் நுழைந்தார். அதற்காகவே காத்திருந்தது போல் அந்த ரசிகர் துரிதமாகச் செயல்பட்டார். சிலுக்கு கடித்த ஆப்பிளை வேகமாக ஓடிச் சென்று கைப்பற்றினார். சிலுக்கின் உதடுகள் பட்ட ஆப்பிளை அவர் எடுத்துச்

சாப்பிடப் போகிறார் என்றே அனைவரும் எதிர்பார்த்தார்கள்.

ஆனால் அந்த மனிதர் செய்த காரியம் பலரைத் திகைக்க வைத்தது.

'யாருக்கு வேணும்? சிலுக்கு கடித்த ஆப்பிள்' என்று கூவிக் கூவி ஏலம் விடத் தொடங்கினார்.

பலருக்கும் அந்த ஆப்பிளை வாங்கிவிட வேண்டுமென்று சபலம் தட்டியது. ஐந்து, பத்து என ஆரம்பித்த ஏலம் இறுதியில் நூற்றியிருபது ரூபாய்க்குப் போனது. அந்தப் பணத்தைக் கொடுத்து ஏலம் எடுத்தவர், ஏதோ உலகையே வென்ற பெருமையுடன், ஆப்பிளுடன் அங்கிருந்து கிளம்பினார்.

ஒவ்வொருவருக்கும் ஒரு டைம்.
அதாவது நேரம்.
ஜோதிலட்சுமி டைம்.
ஜெயமாலினி டைம் என்று ஒரு காலத்தில் இருந்தது. இப்போ என்னுடைய டைம்!

அன்றைய தேதியில் இரண்டு ரூபாய் பெறாத அந்த ஆப்பிள் நூற்றியிருபது ரூபாய்க்கு ஏலம் போனது. சினிமாவில் திரும்பிய பக்கமெல்லாம் அதே பேச்சாகிப் போனது.

'அண்ணே விஷயம் தெரியுமாண்ணே! சிலுக்கு கடிச்ச ஆப்பிள்ணே! நூற்றியிருபதுக்கு ஏலம் போச்சாம்! நானாயிருந்தா ஆயிரத்து ஒரு ரூபாய்க்கு எடுத்திருப்பேண்ணே! எனக்கு கொடுத்து வைக்கல..' - இம்மாதிரி பேச்சுக்கள் மக்களிடையே சாதாரணமாகிப் போனது.

●

'ராதாவின் அண்ணியாக குடும்பப் பாங்கான கேரக்டரில் சிறப்பாக நடித்த ஸ்மிதா இனி கிளாமர் கேரக்டர்களில் நடிப்பதைக் குறைத்துக் கொள்ள வேண்டும்'

பேசியவர் எம்.ஜி.ஆர். அலைகள் ஓய்வதில்லை படத்தைப் பாராட்டி, தன் கட்சி சார்பில் எடுத்த விழாவில் அவர் இப்படிப் பேசினார்.

அலைகள் ஓய்வதில்லை ஷூட்டிங் முட்டத்தில் நடைபெற்றபோது சிலுக்கைத் திட்டித் திட்டி வேலை வாங்கி ஒரு குணச்சித்திர நடிகையாக அவரை ரசிகர்களின் பார்வைக்குக் காட்டினார் பாரதிராஜா. அதற்கும் ரசிகர்களிடையே நல்ல வரவேற்பு இருந்தது. ஆனாலும் அதற்குப் பிறகும் சிலுக்கைத் தேடி வந்த வாய்ப்புகள் அத்தனையும் கிளாமர் வேடங்களே!

'நடிக்க சான்ஸ் வராதா என்று ஏங்கியிருந்த காலமும் எனக்கு உண்டு. அதனாலே வந்த சான்ஸை இழக்கத் தயாராக இல்லை. என் மனத்தில் ஒன்று தோணுது. ஒவ்வொருவருக்கும் ஒரு டைம். அதாவது நேரம். ஜோதிலட்சுமி டைம். ஜெயமாலினி டைம் என்று ஒரு காலத்தில் இருந்தது. இப்போ என்னுடைய டைம்!' என்று வந்த வாய்ப்புகளைத் தட்டிக் கழிக்காமல் ஏற்றுக் கொண்டார் சிலுக்கு.

தேவர் பிலிம்ஸின் அதிசயப் பிறவிகள், ஏவிஎம்மின் பாயும் புலி போன்ற பெரிய பேனர் படங்களுக்கே கூட சிலுக்கின் கால்ஷீட் கிடைப்பது அரிதாகிப் போனது.

சிலுக்கு ஆடுவதற்காகவே தங்கள் ஸ்டுடியோவில் புதிய புதிய பிரும்மாண்டமான செட்டுகளைப் போட்டு விட்டுக் காத்திருந்தது ஏவிஎம் நிறுவனம். அவற்றில் சிலுக்கு வந்து நீராட நிறுவிய புதிய நீச்சல் குளமும் ஒன்று.

இரவும் பகலுமாக தொடர்ந்து எட்டு நாள்கள் ஏவிஎம்முக்கும் தேவர் பிலிம்சுக்கும் ஆடி ஆடிக் களைத்துப் போனார் சிலுக்கு.

'படங்கள் ஓடியதற்கு சிலுக்கு மட்டுமே காரணம்னு சொல்லக் கூடாது. சினிமாவில் கவர்ச்சி வழக்கமானது. சிலுக்கு சினிமாவுக்கு பிளஸ் ஆக இருந்தார். அடிஷனல் அட்ராக்ஷன்! கூடுதலா இன்னொரு பாயசம் விருந்துல போடற மாதிரி. சிலுக்கை நடிக்க வைத்தால் கலெக்ஷன் பெட்டராக இருக்கும்' என்று விளக்கம் கொடுத்தார் டைரக்டர் எஸ்.பி. முத்துராமன்.

சிலுக்கை கவர்ச்சியாகக் காட்ட விரும்பாமல் நடிக்க வைத்த பாரதிராஜாவே தனது 'வாலிபமே வா வா' படத்தில்

சிலுக்கை ஆட்டம் போட வைக்க முயற்சித்தார். ஆனால் 'மன்னிச்சுக்குங்க' என்று சொல்லி மறுத்துவிட்டார் சுமிதா. பிறகு ஜெயமாலினி ஆடினார்.

ஆனாலும் படத்தை வாங்க வந்த விநியோகஸ்தர்கள் 'சிலுக்கு இல்லையே' என்று முணுமுணுத்தனர். சிலுக்கு இருந்தால் மட்டுமே படம் உடனடியாக வியாபாரமாகும் என்பது அன்றைய கோடம்பாக்கத்தின் தலைவிதி!

11

சிலுக்கு இல்லாத காரணத்தினால், ‘துடிக்கும் கரங்கள்’ படப்பெட்டியை எடுக்க மாட்டோம் என்று சொல்லிவிட்டார்கள். அன்றைய தேதியில் மிகப் பெரிய படம் அது. அதற்கே அப்படியொரு நிலைமை!

ரஜினியா? சிலுக்கா?

1982-ல் ஒரு சூப்பர் ஸ்டாராகத் தொடர்ந்து பல ஹிட்களைக் கொடுத்த ரஜினி காந்தையே, சிலுக்குக்கு ஏற்பட்டு இருந்த திடீர் மவுசு சற்று அதிரச் செய்தது.

மதுரை லட்சுமி சுந்தர் தியேட்டரில் சத்யா மூவீஸ் சார்பில், 'மூன்று முகம்' படத்தின் வெற்றி விழா நடைபெற்றது. அன்றைய அமைச்சர் காளிமுத்து உள்பட விழாவின் பேச்சாளர்கள் அனைவருமே சிலுக்கை அதிகமாகக் குறிப்பிட்டு பேசினார்கள்.

எல்லோரையும் விட ஒரு படி மேலே போனார் ஏவி.எம். சரவணன்.

'ரஜினிகாந்த், சிலுக்கு - இருவருக்கும் இங்கே ஓட்டு எடுத்தால் யாருக்கு அதிகம் ரசிகர்கள் இருப்பார்கள்?' என்று திரண்டு இருந்த மக்கள் கூட்டத்தைப் பார்த்துக் கேட்டார்.

'சிலுக்குக்குதான்' என்று பெரும்பான்மையான ரசிகர்கள் ஆரவாரம் செய்தனர். மீதியுள்ளோர்,

'ரஜினிக்கே எங்கள் ஓட்டு' என்று கத்தினர். சரவணன் இப்படி தீர்ப்பு சொன்னார்:

'என்ன இருந்தாலும் ரஜினிகாந்தே வெற்றி பெறுவார். காரணம் அவர் ஹீரோ இல்லையா? ஆனால் அவருக்குப் பிறகு சிலுக்குதான்!'

ஆனால் விநியோகஸ்தர்களின் கணிப்பு வேறு மாதிரி இருந்தது. சிலுக்கு இல்லாத ரஜினி படத்தை அவர்கள் வாங்கத் தயாராக இல்லை.

துடிக்கும் கரங்கள் என்ற படம். கே.ஆர்.ஜி. தயாரிப்பு. ஹீரோ ரஜினி. ஹீரோயின் ராதா. ஜெய்சங்கர் வில்லன். சுஜாதா முக்கிய வேடத்தில் நடித்திருந்தார். டைரக்ஷன் ஸ்ரீதர். இசை எஸ்.பி. பாலசுப்ரமணியம் என்று ஒரு புதிய கூட்டணி இடம் பெற்றிருந்தது.

ஆனால் சிலுக்கு இல்லாத காரணத்தினால், 'துடிக்கும் கரங்கள்' படப்பெட்டியை எடுக்க மாட்டோம் என்று சொல்லிவிட்டார்கள். அன்றைய தேதியில் மிகப் பெரிய படம் அது. அதற்கே அப்படியொரு நிலைமை!

ஆனாலும் துடிக்கும் கரங்களில் சிலுக்கின் நடனம் கண்டிப்பாக இடம் பெற வேண்டும் என்று விநியோகஸ்தர்கள் கட்டளை இட்டார்கள்.

டைரக்டருக்கு வேறு வழி தெரியவில்லை. ஜெய்சங்கருக்கு ஒன்று, ரஜினிக்கு ஒன்று என்று இரண்டு பேருடனும் சிலுக்கை ஆடவைத்து விநியோகஸ்தர்களைத் திருப்திப்படுத்தினார் ஸ்ரீதர்.

●

தியாகராஜனுக்கும் டைரக்டர் ராஜசேகருக்கும் பெரிய பிரேக் கொடுத்த படம் 'மலையூர் மம்பட்டியான்'. அதில் ஜெயமாலினி குணச்சித்திர நடிகை. ஆனாலும் படம் விற்பனை ஆகவில்லை. சிலுக்குக்குத் தகவல் போனது. அவர் வந்து இரண்டு நாள்கள் ஆடிக் கொடுத்தார். படம் வியாபாரமாகி, வெற்றியும் பெற்றது.

வெள்ளரிக்கா பிஞ்சு ஒண்ணு என்று சிலுக்கு ஆடும் பாடலுக்கு ரசிகர்கள் ஒன்ஸ்மோர் கேட்டுக் கொண்டே இருந்தனர்.

1983 - ல் தீபாவளி சிறப்பிதழாக வெளிவந்த சினிமா எக்ஸ்பிரஸ் பத்திரிகையில் ஓர் உரையாடல்.

விநியோகஸ்தர்களின் கணிப்பு வேறு மாதிரி இருந்தது. சிலுக்கு இல்லாத ரஜினி படத்தை அவர்கள் வாங்கத் தயாராக இல்லை.

ஸ்ரீகாந்த் : அம்மா இருக்கா படத்தை ஏன் விற்க முடியவில்லை?

மேஜர் : ரிகார்டு ராணின்னு ஒரு பொண்ணைப் ஆடவைச்சேன். சிலுக்குதான் ஆடணுங்கிறான். அவனோட அபிப்ராயத்துல ரிகார்டுக்கு சதை போறாதுங்கறான்!

(அம்மா இருக்கா படத்தின் ஹீரோ சிவகுமார். டைரக்டர் மேஜர் சுந்தரராஜன்.)

சிலுக்கு ஒரு படத்தில் ஒரே ஒரு காட்சியில் இடம் பெற்றாலும் அந்தப் படத்துக்கு ஒரு ஏரியாவுக்கு இருபதாயிரம் கூடுதலாகக் கொடுக்க விநியோகஸ்தர்கள் தயாராக இருந்தார்கள்.

சிலுக்குக்கு அடித்த அதிர்ஷ்டம் குறித்து எல்லோரும் பேசினார்கள். சிலுக்கும் பேசினார்.

'என்னைப் பொறுத்தவரை நடனம் தெரியும்னோ திறமை இருக்குன்னோ அழகானவள்னோ சொல்லவே மாட்டேன். ரசிகர்கள் என்னைப் போன்ற எத்தனையோ கவர்ச்சி நடிகைகளைப் பார்த்திருக்கிறார்கள். யாருக்குமே குறுகிய காலத்தில் கிடைக்காத புகழ் கிடைக்கக் காரணம் அதிர்ஷ்டம் என்றுதான் சொல்வேன். தவிர நான் படங்களில் ஏற்று நடித்த கதாபாத்திரங்களை ரசிகர்கள் விரும்பியதும். அந்தப் படங்கள் மகத்தான வெற்றி பெற்றதும் இதர காரணங்கள்.'

மலையாள நடிகர் மது தயாரித்த படம் 'ரதி லயம்'. அப்படத்தை 'நேற்று ராத்திரி சிலுக்கு' என்று பெயரிட்டு தமிழகத்தில் ரிலீஸ் செய்தார்கள். மதுவின் அபிமான ரசிகர்கள் படம் பார்க்கப் போகவில்லை. மது நொந்து போனார்.

ஒரிஜினலில் இல்லாத பிட் சீன்களைச் சேர்த்துக் காட்டிய டிஸ்டிரிபியூட்டர்களை மதுவால் தடுக்க முடியவில்லை. ஆரம்பத்தில் சிலுக்கு, விஜியாகத் தலைகாட்டியிருந்த படங்களுக்கும் தனி மவுசு கிடைத்தது.

சிலுக்கின் பெயரால் புற்றீசல் போல் தமிழகமெங்கும் ஆபாசப் படங்கள் ஓஹோவென்று ஓட ஆரம்பித்தன. அந்த ஆபாசப் படங்களுக்கும் சிலுக்குக்கும் எந்தச் சம்பந்தமும் இல்லை - சிலுக்கு என்கிற டைட்டில் தவிர!

மலையாளத்தில் என்றில்லை; தமிழிலும் தேவையே இன்றி சிலுக்கின் நடனங்கள் பல படங்களில் திணிக்கப்பட்டன. கமர்ஷியல் படங்களான சிவாஜி கணேசனின் வெள்ளை ரோஜா, ரஜினியின் தங்க மகன் ஆகியவற்றில் சிலுக்கின் நடனத்தை ரசித்த மக்கள் 'அன்புள்ள மலரே' மாதிரியான மாறுபட்ட படங்களில் சிலுக்கின் நடனம் பார்த்து முகம் சுளித்தார்கள்.

தங்க மகன் படத்துக்கு ரீபிடட் ஆடியன்ஸ் வர சிலுக்கின் நடனம் மிக முக்கிய காரணம். சந்திரமுகிக்கு முன்புவரை மதுரையில் மிக அதிக நாள்கள் ஓடிய ஒரே ரஜினி சினிமா தங்கமகன் மட்டுமே.

‘அன்புள்ள மலரே’ என்ற படத்தில் சிலுக்கின் நடனத்தை சேர்க்க வேண்டிய அவசியம் குறித்து அந்தப் படத்தின் இயக்குநர் ரவிசங்கர் பேட்டி ஒன்றில் சொன்னார்.

(பத்மினி பிக்சர்ஸ் பி.ஆர்.பந்தலுவின் மகன் டைரக்டர் ரவிசங்கர். பாட்ஷா புகழ் சுரேஷ் கிருஷ்ணாவின் தங்கை சாந்தி கிருஷ்ணா)

‘பன்னீர் புஷ்பங்களில் கதாநாயகியாக வந்த சாந்தி கிருஷ்ணா அன்புள்ள மலரேயில் கதாநாயகி. கொடைக்கானலில் சாந்தியை வைத்து டூயட் எடுத்தோம். சாந்தி சிணுங்க ஆரம்பித்து விட்டார். சினிமாவில் நடிப்பதற்கென்று வந்து விட்ட சாந்தியைப் போன்றவர்கள் சிணுங்க ஆரம்பித்தால் எப்படி? அதனால் பாதிக்கப்படு பவர்கள் அவர்கள் அல்ல. படம் எடுப்பவர்கள்தான்.

சாந்தி மட்டும் கொஞ்சம் கோவாபரேட் பண்ணி இருந்தாங்கன்னா முதலிரவுக் காட்சியைக் காட்டிவிட்டு சிலுக்கு டான்ஸ் போட்டிருக்காமல் அதற்குப் பதிலாக சாந்தி ஹீரோவோடு கனவுப் பாடல் பாடுவதாக கவர்ச்சியாக சீன் வைத்திருப்பேன். சாந்தி உதவவில்லை. சிலுக்கு உதவினார். அவரது கவர்ச்சி நடனம் மூலம் முதலிரவில் தம்பதிகளின் நெருக்கத்தை நாசூக்காகக் காட்டினேன்.’

சிலுக்கு ஒரு படத்தில் ஒரே ஒரு காட்சியில் இடம் பெற்றாலும் அந்தப் படத்துக்கு ஒரு ஏரியாவுக்கு இருபதாயிரம் கூடுதலாகக் கொடுக்க விநியோகஸ்தர்கள் தயாராக இருந்தார்கள்.

சிலுக்கு பண விஷயத்தில் கறாராக இருந்தார். தன்னை மதித்தவர்களிடம் கொஞ்சம் சம்பளத்தைக் குறைத்துக் கொண்டார். கங்கை அமரன், அசோக்குமார், வடிவுக்கரசி என்று சிலுக்கு தன் சம்பளத்தைக் குறைத்து வாங்கியோரின் பட்டியல் நீளும்.

தான் மட்டுமல்ல; தன் சக ஊழியர்களான மேக் அப்

மேன், காஸ்ட்யூமர், ஹேர் டிரஸ்ஸர், டச் அப் பையன் என்று யாராக இருந்தாலும் அவர்களுக்கும் சம்பளம் வரவில்லையென்றால் சிலுக்கு ஷூட்டிங் போகவே மாட்டார்.

பொதுவாக மசாலா படங்களில் சிலுக்கின் நடனக் காட்சிகள் சீக்கிரத்திலேயே படமாக்கப்பட்டு விடும். இரண்டு நாள்கள் ஷூட்டிங் என்றால் இரண்டாவது நாள் மதியம் பேசிய பணம் சிலுக்கின் கைக்குப் போய்விட வேண்டும். அப்போதுதான் நடனக் காட்சியை முடித்துக் கொடுப்பார்.

‘பணத்துக்காக மட்டுமே நடிக்கிறதா இருந்தால் ஏற்கெனவே ஆறு இந்திப் படங்களில் நடிச்சிருக்கிற நான் இந்நேரம் பம்பாயில் நிரந்தரமாக செட்டில் ஆகியிருப்பேன். மூன்று இந்திப் படங்களில் நடிச்சு முடிக்கிறதுக்குள்ள எனக்கு முப்பது இந்திப் படங்கள்ள நடிக்க வாய்ப்பு வந்தது. சில இந்தி புரொடியூசர்ஸ் என்னைத் தேடி அவுட்டோருக்கே வந்தாங்க.

எனக்கு பம்பாய் போய் செட்டில் ஆகிற ஆசை கிடையாது. அதனால் இந்திப் படங்களுக்கு அதிகமாக கால்ஷீட் கொடுத்தது இல்லை’ என்று சிலுக்கு சொன்னார்.

12

சிலுக்கின் கவர்ச்சியைப் போன்றே அவரது கோபமும் மிகப் பிரபலமானது. ஒன்றும் இல்லாத விஷயங்களுக்கெல்லாம் சிலுக்கு கோபப்பட்டார். தகராறு செய்தார். செட்டை விட்டு வெளியேறுவார்.

தடியன் மிதிச்சிட்டான்

'அஞ்சாத சிங்கம்' வடிவுக்கரசியின் சொந்தப் படம். பிரபுவும் சிலுக்கும் ஆடுவதற்காக வாகினியில் செட் போட்டார் வடிவுக்கரசி.

சிலுக்கு வாகினியில் வந்து ஆடிவிட்டுப் போகிற வரையில் எக்காரணம் கொண்டும் அவர் மூட் அவுட் ஆகாமல் பார்த்துக்கொள்ள வேண்டுமே என்று வடிவுக்கரசி வேண்டாத தெய்வமில்லை.

'சிலுக்கு ஆட வருகிற ஷூட்டிங் ஸ்பாட்டுகளில் எப்போதும் டென்ஷனாகவே இருக்கும். சிலுக்கைப் பார்த்தாலே பயப்படுவார்கள். சிலுக்கு பேசறதே அதிகாரம் பண்றா மாதிரி தெரியும். ஷூட்டிங்கில் சிலுக்கை பத்து அடி தள்ளித்தான் பார்க்க முடியும். யாரும் கிட்டக்க வரவே முடியாது.' என்று வடிவுக்கரசி சொல்லியிருக்கிறார்.

ஒரு படத்திலேயே சிலுக்கோடு ஒரு தயாரிப்பாளராக வடிவுக்கரசிக்கு வித்தியாசமான அனுபவங்கள் ஏற்பட்டன.

லொகேஷனோ செட்டோ, சிலுக்கு வந்ததும் அவர் சம்பந்தப்பட்ட காட்சிகளை முதலில் எடுக்க வேண்டும் என்பது சிலுக்கு அச்சிலே தராத ஒரு கட்டளை.

அவருக்கென்று ஒரு தனித்துவத்தை சிலுக்கு தன்னுடைய ஷூட்டிங்குகளில் ஏற்படுத்தினார். எல்லோரும் தன்னைக் கவனிக்க வேண்டும் என்று எதிர்பார்த்தார்.

ஷாட்டுக்குக் கூப்பிட்டால் கிடுகிடுவென்று வேகமாகப் போய் நிற்க மாட்டார். ஐந்து நிமிஷங்கள் ஆன பிறகே ஆடி அசைந்து நிதானமாகப் போய் நிற்பார்.

சிலுக்குக்கு திருப்தி வருகிற வரையில் ஹேர் டிரஸ்ஸிங் அமைந்தால் மாத்திரமே ஷூட்டிங்குக்குக் கிளம்புவார். சிலுக்கின் இஷ்டப்படி ஹேர் டிரஸ்ஸிங் வேற லெவலில் அமைய வேண்டும். இப்படியான கெடுபிடிகளில் தாக்குப் பிடிக்க முடியாமல் ஓடிப்போன ஹேர் டிரஸ்ஸர்கள் எண்ணிக்கை இரண்டு டஜன்களுக்கும் அதிகமாகப பெருகியது.

சிலுக்குக்கு ஷூட்டிங் ஆறு மணிக்கு முடிகிறது என்றால் கூடுதலாக பத்து நிமிஷங்கள் ஷாட் எடுத்து முடிக்கக் காத்திருப்பார். அதற்குப் பிறகு ஒரு நொடியும் தாமதிக்காமல் தன் நகைகளைக் கழட்டி வைக்கத் தொடங்குவார். கவரிங் நகைகளை சினிமாவில் சிலுக்கு பயன்படுத்தியதில்லை. எல்லாமே அவரது சொந்த நகைகள். தன் தொழிலை தனக்குத் தெரிந்தவரையில் மிக நேர்த்தியாக செய்து முடித்தார் சிலுக்கு.

ஒரு நடனத்துக்காக மூன்று நாள்கள் கால்ஷீட் கொடுத்திருந்தார் என்றால், அந்த நடனக் காட்சி இரண்டு நாள்களிலேயே முடிந்து விட்டாலும் மறுநாள் வீட்டில் ஓய்வாக இருப்பாரே தவிர, அந்த நாள் வீணாகப் போகிறது என்று வேறு படத்துக்குக் கால்ஷீட் தர மாட்டார்.

சிலுக்கின் கவர்ச்சியைப் போன்றே அவரது கோபமும் மிகப் பிரபலமானது. ஒன்றும் இல்லாத விஷயங்களுக்கெல்லாம் சிலுக்கு கோபப்பட்டார். தகராறு செய்தார். செட்டை விட்டு வெளியேறுவார். சத்யராஜ் 'யெஸ் பாஸ்' என்று துணை வில்லனாக சொல்லிக் கொண்டிருந்த காலகட்டம் அது. இராம. நாராயணன் 'சட்டத்தை உடைக்கிறேன்' என்ற பெயரில் ஒரு படம் எடுத்தார்.

சீரஞ்சீவி - ராதிகா ஜோடியாக நடித்த 'அபிலாஷா' என்ற தெலுங்கு பட ரீமேக் தான் அது. தமிழில் மோகன் - நளினி ஜோடியாக நடித்தார்கள். அதில் சிலுக்கின் நடனக் காட்சிக்கான ஷூட்டிங்.

அடியாளாகவே நடித்து வந்த சத்யராஜுக்கு இராம. நாராயணன் சின்ன பிரமோஷன் தந்தார். முதன் முதலில் சிலுக்கோடு ஆட ஒரு சந்தர்ப்பம். டான்ஸ் மாஸ்டர் டி.கே.எஸ். பாபு. ஒன், டூ, த்ரி, ஃபோர் என்றதும் சத்யராஜ் உற்சாகமாக ஆட ஆரம்பித்தார். முதல் டான்ஸ், அதுவும் சிலுக்கோடு என்கிற ஆர்வக் கோளாறில் ஆடிய சத்யராஜின் கால் தெரியாமல் சிலுக்கின் மேல் பட்டுவிட்டது.

போயே போச்! சிலுக்கு ஆட்டத்தையே நிறுத்திவிட்டு, தன் நாற்காலிக்குப் போய்விட்டார். டான்ஸ் மாஸ்டர் டி.கே.எஸ். பாபு சிலுக்கிடம் ஓடினார்.

'என்னங்கம்மா ஆச்சு? ஏன் நிறுத்திட்டீங்க?'

'நான் அந்த ஆளோட டான்ஸ் ஆடமாட்டேன். தடியன் என் காலை மிதிச்சிட்டான்' என்றார் சிலுக்கு. கோபம் தலைக்கு ஏறி இருந்தது.

'அம்மா அம்மா தப்பா நெனச்சுக்காதீங்க. அவரு உங்கள

சிலுக்கு பேசறதே அதிகாரம் பண்றா மாதிரி தெரியும். ஷூட்டிங்கில் சிலுக்கை பத்து அடி தள்ளித்தான் பார்க்க முடியும். யாரும் கிட்டக்க வரவே முடியாது.

மாதிரி பெரிய டான்ஸர் இல்ல. இப்பத்தான் டான்ஸ் கத்துக்கறார். கொஞ்சம் தயவு வைங்கம்மா.'

சிலுக்கு சமாதானமாகவில்லை. நேரம் ஓடியபடியே இருந்தது. சத்யராஜ் மென்று முழுங்கிக் கொண்டிருந்தார். முதல் ஆட்டத்திலேயே ஆடுவதற்கு முன்பே எல்.பி.டபிள்யூவா!

அன்று சத்யராஜுக்கு அதிர்ஷ்டமான நாளாக இருந்திருக்க வேண்டும். பொதுவாக தகராறு என்று வந்துவிட்டால் சிலுக்கு செட்டை விட்டு உடனடியாக வெளியேறி விடுவார். பிறகு வீட்டுக்குப் போய் சமாதானப்படுத்தி வரவழைத்தால்தான் உண்டு.

சிலுக்கு செட்டை விட்டு வெளியேறாததே நம்பிக்கை கொடுத்தது. ஒருவர் முகத்தை ஒருவர் பார்த்துக் கொண்டு இருந்தார்கள். எல்லோரும் மாதக் கணக்கில் படம் எடுத்தால் இராம. நாராயணன் நாள்கணக்கில் அடித்து முடித்துவிடுகிற டைரக்டர். சிலுக்கைப் போலவே அவருக்கும் ஒவ்வொரு நிமிஷமும் மீட்டர் ஓடிக் கொண்டே இருந்தது.

'அம்மா நீங்க நினைக்கிறபடி தப்பா எதுவும் நடந்துடல. வேணும்னே அவரு உங்க காலை மிதிக்கல. அவரு பெரிய ஜமீன்தாரு பரம்பரை! ஏதோ சினிமா ஆர்வத்துல அடியாள் வேஷம் செய்யறாரு!' என்ற யூனிட்டின் கோரிக்கையை சற்றே செவிமெடுத்தார் சிலுக்கு.

'அதான பார்த்தேன். வேணும்னயே கால் பட்டிருந்தா தெரியும் சேதி' என்பதுபோல் ஒரு பார்வை பார்த்துவிட்டு மீண்டும் ஆடச் சம்மதித்தார் சிலுக்கு.

படம் வெளியானது. அப்போது மோகனுக்கு மார்க்கெட் போய்விட்டது. நளினிக்கும் கல்யாணம் ஆகிவிட்டிருந்தது. முதல் ரிலீஸின்போது படம் அவ்வளவாக ஓடவில்லை.

சத்யராஜ் - சிலுக்கு பேனர்களுடன் படத்துக்கு மீண்டும் விளம்பரம் செய்யப்பட்டது. அப்போது 'சட்டத்தை உடைக்கிறேன்' என்ற தலைப்பை சென்சார் போர்டு மாற்றச் சொன்னது. 'சட்டத்தைத் திருத்துங்கள்' என்ற பெயரில் இரண்டாவது முறை வெளியாகி, வசூலை அள்ளியது.

13

ஆரம்ப நாள்களில் பட்ட அவமானங்கள் சிலுக்கின் மனத்தில் ஆறாத வடுக்களாக இருந்தன. அதனால் நட்சத்திரமாகி பேரும் புகழும் வந்தவுடன் தன்னைச் சுற்றிலும் ஒரு நெருப்பு வளையத்தை அவரே உண்டாக்கிக் கொண்டார்.

பிடிவாதத்தின் மறுபெயர்

எஸ்.ஏ. சந்திரசேகர் சிலுக்கை 'பட்டணத்து ராஜாக்கள்' படத்தில் விஜயகாந்துக்கு ஜோடியாக நடிக்க வைத்தார். கதாநாயகி வாய்ப்புக் கொடுத்ததால் சிலுக்குக்கு அவர் மீது எப்போதுமே தனி மரியாதை உண்டு.

சந்திரசேகர் முதன்முதலாக 'வீட்டுக்கு ஒரு கண்ணகி' என்று சொந்தப் படம் எடுத்தார். விஜயகாந்த - நளினி, ஜெய்சங்கர், சுஜாதா ஆகியோரோடு ரவீந்தருக்கும் முக்கிய வேடம்.

ஒரு தலை ராகம் புகழ் ரவீந்தர், அப்போது கமல் ரஜினிக்கே கூட வில்லன். ஏகப்பட்ட படங்களில் நடித்துக் கொண்டிருந்தார். வீட்டுக்கு ஒரு கண்ணகி படத்தின் அழைப்பிதழில் சிலுக்கு ஜெயமாலினியின் போட்டோக்கள் இடம் பெற்றன. சிலுக்கு நடிக்கிற படம் வணிகரீதியில் நல்ல விற்பனையைக் காணும் என்று எண்ணினார் சந்திரசேகர்.

ஆனால் சிலுக்கு நடிக்க மறுத்தார். பேசியதை விடவும் கூடுதலாகப்

பணம் தருவதாகச் சொன்னார் சந்திரசேகர். தனது முதல் தயாரிப்பு தப்பு பண்ணக் கூடாது என்கிற வணிக ஆர்வம். ஆனால் ரவீந்தர் நடிக்கிற படத்தில் மாத்திரம் நடிக்கக் கூடாது என்கிற வைராக்கியத்தை 'வாழ்க்கை' படம் சிலுக்குக்கு ஏற்படுத்தி இருந்தது.

காரணம் அதில் ரவீந்தருக்கும் சிலுக்குக்கும் மோதல் ஏற்பட்டதாக சினிமா பத்திரிகைகள் கிசுகிசுத்தன. அந்தக் காரணத்தாலோ என்னவோ, ரவீந்தர் நடிக்கும் சினிமாவில் நடிக்கக் கூடாது என்று உறுதியான முடிவை எடுத்திருந்தார் சிலுக்கு.

ஆனால் சந்திரசேகர், வீட்டுக்கு ஒரு கண்ணகி படத்துக்காக ரவீந்தரை வைத்து ஏற்கெனவே முக்கியமான காட்சிகளை எடுத்து முடித்திருந்தார். அவரைப் படத்திலிருந்து இனி நீக்க முடியாத நிலை. சிலுக்கின் பிடிவாதம் சந்திரசேகருக்கு வருத்தத்தை அளித்தது.

சந்திரசேகருக்கே சிலுக்கு அல்வா கொடுத்து விட்டார் என ஏடுகளில் கேடான செய்திகள் வெளிவந்தன.

அரை மனத்தோடு அனுராதாவை சிலுக்கின் வேடத்தில் நடிக்க அழைத்தார் சந்திரசேகர். முழு மனத்தோடு சம்மதம் சொல்லிய அனுராதா அரை சம்பளம் பெற்றுக் கொண்டு ஆடினார்.

சிலுக்கின் பிடிவாதத்தை கோடம்பாக்கம் முழுதாகப் புரிந்துகொண்டது.

காரணம் சினிமா உலகுக்குள் நுழைந்த ஆரம்ப நாள்களில் பட்ட அவமானங்கள் சிலுக்கின் மனத்தில் ஆறாத வடுக்களாக இருந்தன.

அதனால் நட்சத்திரமாகி பேரும் புகழும் வந்தவுடன் தன்னைச் சுற்றிலும் ஒரு நெருப்பு வளையத்தை அவரே உண்டாக்கிக் கொண்டார்.

தனக்குக் கதாநாயகி வாய்ப்பு வழங்கியவர்கள், தன்னை மனுஷியாக நடத்தியவர்கள் என்று ஒரு சில பட கம்பெனி முதலாளிகளைத் தவிர, மற்ற படப்பிடிப்புத் தளங்களில் தன்னை நோக்கி வரும் இதர படத் தயாரிப்பாளர்களும் டைரக்டர்களும் கூட அவரிடம் பயப்படும்படியாக நடந்து கொண்டார்.

பிடிக்காதவர்களிடம் சிலுக்கு பேசக்கூட மாட்டார். தன் உதவியாளர்கள் மூலமாக அவர்கள் கிட்டத்தில் வராமல் அனுப்பி வைக்க உத்தரவிடுவார்.

சிலுக்குக்கு ஆடத் தெரியாது. அவர் ஒழுங்காக ஆட்டத்தைக் கற்றுக் கொள்ளும் முன்னரே பிரபலமான கவர்ச்சி ஆட்டக்காரி ஆகிவிட்டார்.

சிலுக்கின் கவர்ச்சி ஆட்டத்தில் இருந்த எல்லாக் குறைபாடுகளையும் ஒளிப்பதி வாளரும், எடிட்டரும் ரசிகர்க ளின் பார்வைக்கு வராமல் செய்தார்கள்.

இருந்தாலும் சிலுக்கிடம் கால்ஷீட் வாங்கிவிட்டால் போதும், தங்கள் ஜென்மம் சாபல்யம் அடைந்துவிடும் என்று எண்ணிய

பிடிக்காதவர்களிடம் சிலுக்கு பேசக்கூட மாட்டார். தன் உதவியாளர்கள் மூலமாக அவர்கள் கிட்டத்தில் வராமல் அனுப்பி வைக்க உத்தரவிடுவார்.

தயாரிப்பாளர்களின் கூட்டம் அதிகம். அதனால் அவர்கள் சிலுக்கின் முன்பு கைகட்டி வாய் பொத்தி நின்று கால்ஷீட் வாங்கக் கூடத் தயங்கவில்லை.

எந்தத் தயாரிப்பாளருக்கும் சிலுக்கு துரோகம் செய்யாமல் கவர்ச்சி காட்டி நடித்தார். இதனால் பல தயாரிப்பாளர்கள் கடனிலிருந்து மீண்டார்கள்.

1982 - களில் மிகவும் பிசியாக இருந்த நாள்களில், அதிகாலை நாலு மணிக்கே சிலுக்குக்கு ஒப்பனை ஆரம்பமாகி விடும். மேக் அப் போட, ஹேர் டிரஸ் செய்ய என்று குறைந்தது இரண்டரை மணி நேரமாவது ஆனது.

ஆதலால் சிலுக்கு செட்டுக்கு வரும் முன்பே மற்ற நடிகர்களின் ஷாட்டுகளை இயக்க ஆரம்பித்து விடுவார் டைரக்டர்.

சிலுக்கின் ஆட்டம் சரி இல்லை மறுபடியும் அவர் ஆட வேண்டும் என்று புலியூர் சரோஜா, கங்கை அமரன் போன்றவர்கள் விரும்பினாலும் சிலுக்கு சிறிதும் அசைந்து கொடுக்க மாட்டார்.

மறுபடியும் ஆட வேண்டும் என்று புலியூர் சரோஜா, கங்கை அமரன் போன்றவர்கள் விரும்பினாலும் சிலுக்கு சிறிதும் அசைந்து கொடுக்க மாட்டார்.

கொஞ்சுகிற சுந்தர மொழிக் குரலில் 'எதுக்கு ஒன் மோர்! இதுவே நல்லாதானே இருக்கு!' என்பார். டான்ஸ் மாஸ்டர்கள் சொல்கிறபடி சிலுக்கு ஆடியதில்லை. கஷ்டமாக இருக்கிறதென்று எந்த மூவ்மெண்டுகளையும் சிலுக்கு மாற்றச் சொல்லியதும் இல்லை. அவருக்கே உரித்தான ஸ்டைலில் ஆட்டத்தை மாற்றி அமைத்துக் கொள்வார்.

ஆனால் 'ஆடவே தெரியாமல் தினந்தோறும் டான்ஸ் மாஸ்டர்களிடம் திட்டு வாங்குகிறோமே' என்ற வருத்தம் சிலுக்குக்கு நிறையவே உண்டு.

அதை ஈடுகட்டும் விதத்தில் தன் கண்களாலும் உதடுகளாலும் நாலே நாலு க்ளோஸப் ஷாட்டுகளில் ரசிகர்களைக் கிறங்க அடித்து விடுவார் சிலுக்கு. ஒலிக்கிற பாட்டோடு சிலுக்கின் ஆட்டம் கலந்திருக்கிறது என்று ரசிகர்கள் கவலைப்பட்டதாகத் தெரியவில்லை.

ஓய்வு ஒழிச்சல் இன்றி நடித்த காலகட்டத்தில் ஆடை மாற்றக் கூட நேரமில்லாமல் ஏற்கனவே ஒரு செட்டில் ஆடி முடித்த அதே ஆடைகளோடு ஆபத்துக்குப் பாவம் இல்லையென்று அடுத்த செட்டிலும் ஆடினார்.

எங்கே ஷூட்டிங், என்ன ஷூட்டிங், எந்த ஸ்டூடியோ, என்ன சிச்சுவேஷன், உடன் நடிப்பவர்கள் யார் யார், டைரக்டர் யார் என்று எந்த விவரமும் கேட்டுத் தெரிந்து கொள்ளவும் அவகாசம் இல்லாமல் சிலுக்கு ஆடிய கவர்ச்சி ஆட்டங்கள் கணக்கில் அடங்காது.

பொதுவாக லஞ்ச் பிரேக்கில் வீட்டுக்குப் போய் சாப்பிடும் சிலுக்கு சில சந்தர்ப்பங்களில் ஷூட்டிங்கிலேயே

சாப்பிடுவார். அப்படி அவர் சாப்பிடும் போது மிகவும் குறைவாகவே உட்கொள்வார். அரை சப்பாத்தி, ஒரு பீஸ் சிக்கன், ஒரு கப் சூப். அவ்வளவே.

'என்ன சுமி ரொம்ப கம்மியா சாப்பிடுறே?' என்று புலியூர் சரோஜா கேட்டால் 'குண்டு போட்டு தொப்பை வந்தால் ஆட முடியாது அக்கா' என்று பதில் சொல்வார் சிலுக்கு.

சில நேரங்களில் காலையில் ஷூட்டிங்குக்குக் கிளம்பி வரும்போதே வீட்டிலிருந்து ஃபில்டர் காபி கொண்டு செல்வார் சிலுக்கு.

சிலுக்கு ஷூட்டிங்குக்கு புத்தகங்களும் எடுத்து வருவார். அவை பெரும்பாலும் வாழ்க்கை வரலாறுகளாக இருக்கும். இடைவேளைகளில் டவலை எடுத்து தன் மீது போட்டுக்கொண்டு படிக்க ஆரம்பித்துவிடுவார்.

வீண் அரட்டை, ஹீரோவுக்கு ஐஸ் வைப்பது, ஜோக் அடிப்பது இதை எல்லாம் சிலுக்கு செய்தது இல்லை.

காரணம் ஒரு கவர்ச்சி நடிகையாக வாழ்கிற ஒருத்தி சகலரிடமும் சிரித்துப் பேசினால் அதை தப்பர்த்தம் செய்து கொள்ள வாய்ப்பு இருக்கிறது என்பதால் சிலுக்கு சினிமா ஷூட்டிங்குகளில் நெருப்பாகவே இருந்தார்.

சிலுக்கு யாரிடமும் நட்பும் பாராட்டியதில்லை. பகையும் வளர்த்துக் கொண்டது இல்லை.

ஏறக்குறைய பதினாறு ஆண்டுகளுக்கு மேல் சினிமாவில் ஏற்ற இறக்கங்களை சந்தித்து இருந்தாலும் சிலுக்கு வணங்காமுடியாகவே இருந்தார்.

யார் சிரித்துப் பேசினாலும் சிலுக்கு செட்டில் அதிகமாகச் சிரிக்க மாட்டார். பழகுகிற வரையில் யாரையும் நம்பவே மாட்டார். ஆனால் பழகி விட்டால் அவர்களுக்காக உயிரைக் கொடுக்கவும் தயாராக இருந்தார்.

தனக்கு மிகவும் வேண்டிய புலியூர் சரோஜா இருக்கிற செட்டுகளில் கூட சிலுக்கு சில சமயங்களில் எதையோ பறி கொடுத்தவர் போலிருப்பார்.

'தனிப்பட்ட நல்லதும் கெட்டதும் வீட்ல. இங்கே கொடுத்த கால்ஷீட்டுக்காக சிரிச்சிக்கிட்டே இரு. பணம் வாங்கும்போது மட்டும் நல்லா இருந்ததா உனக்கு?' என்று மிகவும் உரிமையுடன் புலியூர் சரோஜா சிலுக்கை கண்டிக்கும்போதும் சிலுக்கின் பதில் ஒற்றைப் புன்னகையாக மட்டுமே இருக்கும்.

14

‘என்ன வாழ்க்கை இது ஆச்சிம்மா? நடிகையை எந்தக் கண்ணோட்டத்துல இவங்க பார்க்கிறாங்க! நடிகையும் ஒரு பெண்தானே! சக மனுஷிதானே! அப்படிப் பார்க்கவே மாட்டாங்களா...’

சக மனுஷிதானே!

'ஏன்தான் பெண்ணாகப் பிறந்தோம்? ஏன் சினிமாவில் நடிக்க வந்தோம்?' என்று சிலுக்கை நீண்ட காலம் அழ வைத்த சம்பவம் ஒன்று ஆந்திராவில் நடந்தது.

அவுட்டோர் ஷூட்டிங்குகளில் பொது மக்கள் சிலுக்கைக் கிண்டல் செய்வார்கள். சிலுக்கு அதை ஒரு பொருட்டாகவே எண்ண மாட்டார். ஒரு கவர்ச்சி நடிகையை மக்கள் இப்படித்தான் எதிர் கொள்வார்கள் என்கிற தீர்மானம் சிலுக்குக்கு இருந்தது.

அது ஒரு தெலுங்கு சினிமா ஷூட்டிங். ஓர் அத்துவானக் காட்டில் நடைபெற்றது.

காலையிலேயே ஆரம்பித்த ஷூட்டிங் இழுத்துக் கொண்டே போனது. சிலுக்கு பொறுத்துப் பொறுத்துப் பார்த்தார். ஷூட்டிங் முடிகிற மாதிரி தெரியவே இல்லை.

அன்று சிலுக்குக்குக் கொடுக்கப் பட்டிருந்த உடை கொஞ்சம் வித்தியாசமானது.

உச்சி முதல் பாதம் வரையில் ஜிப் வைத்திருந்த உடை. எவ்வளவு நேரம் பொறுத்திருக்க முடியும். மனிதர்களுக்கே உரிய இயற்கை உபாதைகளை அடக்க முடியுமா?

கழிப்பறை முதலிய எல்லா வசதிகளும் உடைய வாகனமான கேரவேன்கள் இல்லாத காலம் அது. ஒதுக்குப்புறமாக ஏதாவது இடம் தென்படுகிறதா என்று தேடினார்.

சற்று தூரத்தில் ஒரு குட்டிச் சுவர் தென்பட்டது. அப்பாடா என்று அங்கு போனார். உபாதைக்கு விடை கொடுத்துவிட்டு நிம்மதியாக எழுந்த சிலுக்குக்கு பேரதிர்ச்சி.

அந்த சுவரின் மறுபக்கத்திலும் மரக்கிளைகளிலும் ஆயிரக்கணக்கில் ஆண்கள். ஆண்கள். ஆண்கள். தங்கள் தலைகளை மட்டும் காட்டிக் கொண்டு.

நிழலில் தன்னை மறந்து கவர்ச்சி ஆட்டம் போட்டுக் கொண்டிருந்த சிலுக்கு நிஜத்தில் தலை குனிந்தார்.

அவரது கண்களில் கண்ணீரின் பிரவாகம். உதடுகளில் உப்புக் கரித்த கண்ணீரோடு தன் உள்ளத்தில் ஏற்பட்ட வேதனையைச் சொல்ல ஷூட்டிங் ஸ்பாட்டுக்கு ஓடோடிப் போனார்.

அங்கும் ஆண்களே நிறைந்திருந்தார்கள். ஒரு வழியாக அவுட்டோர் ஷூட்டிங்கை முடித்துக்கொண்டு மனோரமாவிடம் ஓடினார்.

அந்த சுவரின் மறுபக்கத்திலும் மரக்கிளைகளிலும் ஆயிரக்கணக்கில் ஆண்கள். ஆண்கள். ஆண்கள். தங்கள் தலைகளை மட்டும் காட்டிக் கொண்டு.

'என்ன வாழ்க்கை இது ஆச்சிம்மா? நடிகையை எந்தக் கண்ணோட்டத்துல இவங்க பார்க்கிறாங்க! நடிகையும் ஒரு பெண்தானே! சக மனுஷிதானே! அப்படிப் பார்க்கவே மாட்டாங்களா...'

அழுதுகொண்டே கேட்டார்.

மனோரமாவாலும் பதில் சொல்ல இயலவில்லை. மனோரமாவின் கண்ணீர் தனது தோள் பட்டையை நனைத்தபோது சற்று ஆறுதல் அடைந்தார் சிலுக்கு.

இந்தத் தருணங்கள் எல்லாமும் ஒன்று சேர்ந்து சிலுக்கை உரம் கொண்ட பெண்ணாக, யாராலும் நெருங்க முடியாதவராக, தடுப்புச் சுவர் ஒன்றைப் பிரத்தியேகமாக அமைத்துக்கொண்டு வாழும் காட்டு இளவரசி போல உருமாற்றியது.

15

நாங்கள் ஆடுவதைடிக்கெட் வாங்கி வந்தால் மட்டுமே பார்க்க முடியும்.

ஆனால் எந்நேரமும் தெருவிலும் பொது இடங்களிலும் ஜனங்கள் பார்வையில் பட்டுக் கொண்டு இருக்கும் பெண்கள் குறித்து ஏன் யாரும் ஒன்றும் சொல்வதில்லை?'

'சிலுக்கு என் சிநேகிதி!'

சிலுக்கைப் பற்றி யார் என்ன பேசினாலும், கங்கை அமரனின் யூனிட்டில் மட்டும் தவறாக ஒரு வார்த்தை வராது. அமரனின் யூனிட்டில் சிலுக்கு பிரியமுள்ள ரெட்டை வால் சுந்தரி.

கங்கை அமரனை 'அத்தான்', 'மச்சான்' என்று கூப்பிட்டுக் கொண்டும், அவரது தோளைப் பிடித்துத் தொங்கிக் கொண்டும் சிலுக்கு ஒரு பால்ய கால சிநேகிதி போல வளைய வந்தார். அமரனின் கையைக் கோத்துக் கொண்டுதான் உட்காரவே செய்வார்.

சிலுக்கை ஒரு நடிகையாகத் தனது படங்களில் டைரக்ட் செய்வதற்கு முன்பே அவருக்காகப் பாடல்களை எழுத ஆரம்பித்து விட்டார் கங்கை அமரன். 'பொன்மேனி உருகுதே' கங்கை அமரன் எழுதிய பாடல்.

கங்கை அமரன் முதன்முதலில் டைரக்ட் செய்த 'கோழி கூவுது' படத்தில் மட்டுமல்லாது தொடர்ந்து

அவரது டைரக்ஷனில் வெளியான படங்களில் சிலுக்கு தவறாமல் இடம் பெற்றார்.

'என்னை ஏன் போர்த்தி வெச்சு எடுக்கறீங்க' என்று சிலுக்கே அங்கலாய்த்துக் கொள்வார். அந்த அளவுக்கு சிலுக்கை ஆபாசமாகக் காட்டாமல், மிகவும் ரசிக்கத்தக்க வகையில் படமாக்கியவர் கங்கை அமரன்.

வேலை இருக்கிறதோ இல்லையோ கங்கை அமரனின் படங்களின் அவுட்டோர் ஷூட்டிங்கில் தவறாமல் இருப்பார் சிலுக்கு. ஷூட்டிங்கில் ரிஃப்ளக்டரை அவரை

நோக்கித் திருப்பி விடுவது மாதிரியான செல்லமான தொந்தரவுகளைக் கொடுத்துக் கொண்டே இருப்பார்.

திருவண்ணாமலையில் கோழி கூவுது அவுட்டோர் ஷூட்டிங் ஆரம்பமானது. ரூபஸ்ரீ என்கிற நிஜப் பெயருடன் சினிமாவில் நடிக்க வந்தார் ஒரு புதுமுகம். அவருக்கு சிலுக்கின் நிஜப் பெயரான விஜியைச் சூட்டினார் அமரன்*.

'ரூபஸ்ரீக்கு விஜி என்று பெயர் சூட்டும்போதே 'என்ன சார் எம் பேரு வைக்கிறீங்களே இந்தப் புதுமுகத்துக்கு நல்லா வருமா?' என்று ஆர்வத்தோடு கேட்டார் சிலுக்கு.

'கோழி கூவுது' படத்தில் நடித்தபோது சிலுக்குக்கு ஆங்கிலம் பேச வராது. பிற்காலத்தில் அற்புதமாக ஆங்கிலத்தில் பேசி அமரனை மலைக்கச் செய்தார் சிலுக்கு.

சிலுக்கு தனது இமேஜுக்கும் மார்க்கெட்டுக்கும் இயல்புக்கும் தகுந்தபடி கதாபாத்திரத்தை வடிவமைத்துக் கொள்கிற

---
*கடைசியில் அவரும் சிலுக்கைப் போலவே தற்கொலை செய்துகொண்டது, கங்கை அமரனை மிகவும் அதிர்ச்சி அடைய வைத்தது.

உரிமையை ஒரு டைரக்டராக கங்கை அமரன் வழங்கி இருந்தார்.

சிலுக்கை சுமி என்றே கூப்பிட்டார் அமரன். கோழி கூவுது ஷூட்டிங் நடைபெற்ற சமயம். தனது வீட்டுக்கு மதிய விருந்துக்காக கங்கை அமரனை அழைத்தார்.

படத் தயாரிப்பாளரும் கங்கை அமரனின் அண்ணனுமான பாஸ்கர், ஒளிப்பதிவாளர் நிவாஸ் ஆகியோரும் சிலுக்கு வீட்டுக்கு கங்கை அமரனுடன் விருந்துக்குப் போனார்கள்.

ஆந்திரா மண் வாசனை மணக்க மணக்க காரசாரமாக கோழி சமைத்துப் போட்டார் சிலுக்கு. தலைக்குக் குளித்து முழுகி, பொட்டிட்டு, புடைவை கட்டி, சிலுக்கே கங்கை அமரன் குழுவுக்குப் பரிமாறினார். இந்தப் பெண்ணுக்குள் இப்படியொரு பெண்ணா? கங்கை அமரன் வியந்து போனார்.

என்னை ஏன் போர்த்தி
வெச்சு எடுக்கறீங்க
என்று சிலுக்கே
அங்கலாய்த்துக் கொள்வார்.
அந்த அளவுக்கு சிலுக்கை
ஆபாசமாகக் காட்டாமல்,
மிகவும் ரசிக்கத்தக்க வகையில்
படமாக்கியவர்
கங்கை அமரன்.

அதுவே பின்னாளில் சிலுக்குடன் மேலும் தோழமையோடு பழகி, தனிப்பட்ட முறையில் கண்டிக்கும் அளவுக்கு நெருக்கத்தை கங்கை அமரனுக்கு உண்டு பண்ணியது. காலப்போக்கில் சிலுக்கு தெலுங்குப் படங்களில் முழுதாகத் தன்னை ஈடுபடுத்திக் கொண்டார். கங்கை அமரனை நேரில் சந்திக்க இயலாமல் போனாலும், 'என் மச்சான் நல்லாயிருக்கிறாரா? அத்தான் நல்லாயிருக்கிறாரா?' என்று சிலுக்கு விசாரிக்கத் தவறவேயில்லை.

கங்கை அமரன் வெளிநாடுகளில் நட்சத்திர விழாக்களைத் தொடர்ந்து நடத்தினார். அதில் பங்கேற்க முடியாத அளவு, அமரனின் சிநேகிதி சிலுக்கு படு பிசியாகவே இருந்தார்.

●

சிலுக்கைக் கவர்ந்த நடன அழகி 'யாரடி நீ மோகினி' என்று கருப்பு - வெள்ளையில் ஆடிய ஹெலன் மட்டுமே. ஹெலன் அளவு தன்னால் உடலைக் கச்சிதமாக வைத்துக் கொள்ள முடியுமா, பல ஆண்டுகள் நீடித்து கவர்ச்சி ஆட்டம் போட முடியுமா என்றெல்லாம் சிலுக்கு கவலைப்பட்டு இருக்கிறார்.

சிலுக்கு நடித்த படங்கள் அவர் பத்திரிகைகளில் கொடுத்த போஸ்கள் எல்லாவற்றிலும் கவர்ச்சி மிதமிஞ்சியே இருந்தது. சினிமா ஷூட்டிங் தவிர பொது இடங்களில் நடைபெறும் திருமண வரவேற்பு நிகழ்ச்சிகளிலும் சிலுக்கு கவர்ச்சிகரமான உடைகளுடனேயே கலந்து கொண்டார்.

அதைக் குறித்து சக நடிகைகளே அதிர்ந்து போனார்கள். 'கவர்ச்சியாக ஆட வேண்டியது நம்ம தொழில். அதற்காக ஆடி முடித்த பிறகும் அதே டிரஸ்ஸோடுதான் மூடி மறைத்துக் கொள்ளாமல் இருக்க வேண்டுமா? பொது நிகழ்ச்சிகளுக்கும் என்னைப் பார் என் அழகைப் பார் என்று வந்து காட்ட வேண்டுமா?'

என்று கோபப்பட்டார்கள்.

தனது செயல்கள் அத்துமீறிப் போனதைக் குறித்து சிலுக்கு கவலைப்படவேயில்லை.

'சிலுக்கு ஸ்மிதாவை அவருடைய வீட்டில் சந்தித்துப் பேச விரும்பினால் நீங்கள் பார்வையைக் கொஞ்சம் தாழ்த்திக் கொண்டு கூச்சத்துடனே பேச வேண்டி வரும்.

மினி பாவாடையில் செக்ஸி யாக - ஆனால் அதைப்பற்றிக் கவலைப்படாதவராக இருக்கிறார்'

பிரபலமான வார இதழ் நிருபர் ஒருவர் எழுதியது இது. நடிப்புக்காகக் கவர்ச்சி காட்டுவது என்று இருந்ததை சிலுக்கு தன் கவர்ச்சியே பிரதானம் நடிப்பெல்லாம் அப்புறம் என்று ஆக்கிவிட்டார். ஒரு பேட்டியில் அவர் பேசுவதைப் பாருங்கள்:

'கவர்ச்சியாக நடிக்கிறீர்களே, உங்கள் வாழ்க்கையைப் பற்றிக் கவலைப்படுவதில்லையா என்கிறார்கள்.

நான் ஏன் கவலைப்பட வேண்டும்? நான் நடிக்க வந்திருப்பது ரசிகர்களுக்காக. அவர்கள் என்னை இவ்வளவு தூரம் உயர்த்தி இருக்கிறார்கள். எனது விசிறிகளின் வேண்டுகோளுக்கு இணங்க கவர்ச்சியாக நடிக்கிறேன். என்னை வேண்டாம் என்றால் ஆட்டத்தில் இருந்து விலகுவேன்.

அடுத்து குலுக்கி ஆடும் ஆபாச நடனங்களினால் சமூகம் கெட்டுப் போகிறது என்கிறார்கள்.

எங்கே தவறுகள் நடக்கவில்லை? உங்களால் உறுதியாகச் சொல்ல முடியுமா? இன்றும் சில குடும்பங்களில் நடக்கும் தவறுகளை அவர்களே மறைத்துக் கொள்கிறார்கள். எங்களைப் போல் பிரபல நடிகைகள் என்றால் இல்லாததைச் சேர்த்து சொல்வார்கள். மக்களின் கவனத்தைச் சுண்டி இழுக்கும் வகையில் ஆடை அணிந்துவரும் கல்லூரி மாணவிகளைப் பாருங்கள்.

சற்றும் கூச்சமில்லாமல் வருகிற மேல் மட்டப் பெண்களின் உடைகளைப் பாருங்கள்.

இவர்களால் மக்களின் கவனம் சிதறி சமூக சீர்கேடுகள் ஏற்படுவதில்லையா?

படங்களில் ஒரு சில நிமிஷங்கள் நாங்கள் அப்படி ஆடுகிறோம். அப்படி நாங்கள் ஆடுவதைப் பார்க்க வேண்டும் என்றாலும் டிக்கெட் வாங்கி வந்தால் மட்டுமே பார்க்க முடியும்.

ஆனால் காலை, மாலை, இரவு என்று எந்நேரமும் தெருவிலும் பொது இடங்களிலும் ஜனங்கள் பார்வையில் பட்டுக் கொண்டு இருக்கும் பெண்கள் குறித்து ஏன் யாரும் ஒன்றும் சொல்வதில்லை?'

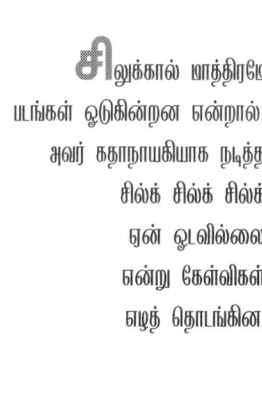

சிலுக்கால் மாத்திரமே படங்கள் ஓடுகின்றன என்றால், அவர் கதாநாயகியாக நடித்த சில்க் சில்க் சில்க் ஏன் ஓடவில்லை என்று கேள்விகள் எழத் தொடங்கின.

வந்தார் அனுராதா!

யார் ஒருவர் மீது அதிக பட்ச வெளிச்சம் விழுகிறதோ, அவரை இருட்டில் தள்ள ஏகப்பட்ட சதிகள் நடக்கும் என்பது சினிமாவின் இயல்பு.

யார் மார்க்கெட்டில் உச்சத்தில் இருந்தாலும் அவர்களைக் குறித்த வேண்டாத விவகாரங்கள், கிசுகிசுக்கள் பத்திரிகைகளிலும் ஸ்டூடியோ வட்டாரங்களிலும் அதிகம் காணப்படும்.

புகழின் ஏணியில் மேலே மேலே போய்க் கொண்டு இருப்பதே மிகப் பெரிய ஆபத்து. எந்த விநாடியிலும் விழ வேண்டி வந்து விடும்.

சிலுக்கும் அவ்வாறே விழுந்தார்.

ரஜினி கால்ஷீட் கிடைக்காதவர்கள் விஜயகாந்தையும், கமலின் கால்ஷீட் கிடைக்காதவர்கள் மோகனையும் தேடிப் போனது போல் சிலுக்கின் கால்ஷீட் கிடைக்காதவர்கள் மீண்டும் ஜெயமாலினியிடமும், அனுராதா, டிஸ்கோ சாந்தி, ரிகார்டு ராணி, நைலக்ஸ் நளினி,

மாயா, அபிலாஷா போன்ற புதியவர்களைத் தயார் செய்தும் தங்கள் படங்களில் ஆட விட்டார்கள்.

ஜோதிலட்சுமியே கூட தமிழில் அப்போது மறு பிரவேசம் செய்தார். சிலுக்கு, ஜோதிலட்சுமி, ஜெயமாலினி மூவரும் இணைந்து என்னைப் பார் என் அழகைப் பார் படத்தில் ஆடினார்கள்.

1984-ன் தொடக்கத்திலேயே சிலுக்கிடம் செல்லும் தயாரிப்பாளர்கள் குறைந்து போனார்கள்.

சிலுக்கின் மிகப் பெரிய மைனஸ் அவருக்கு ஆடத் தெரியாது என்பதே.

சிலுக்கு அளவு அனுராதாவோ டிஸ்கோ சாந்தியோ மக்களின் செல்வாக்கைப் பெறவில்லை என்றாலும் அவர்களுக்கு சிறப்பாக சினிமா நடனம் தெரிந்திருந்தது. சிலுக்கின் மிகப் பெரிய மைனஸ் அவருக்கு ஆடத் தெரியாது என்பதே.

அனுராதாவின் அப்பா கிருஷ்ணகுமார் ஒரு டான்ஸ் மாஸ்டர். அவரே அனுராதாவின் கால்ஷீட் கிடைக்காதபோது தனது மாணவியான டிஸ்கோ சாந்தியை சினிமாவில் முதன்முதலில் ஆட வைத்தார்.

சிலுக்கு ஆட்டத்தோடு கதாநாயகி ஆசையிலும் வாய்ப்புகளைத் தேடிப் போனார்.

அவர் கதாநாயகியாக நடித்த படங்களின் படு தோல்வி சிலுக்கின் செல்வாக்கு இவ்வளவுதானா என்று விநியோகஸ்தர்களைப் பேச வைத்துவிட்டது.

கதையைக் கேட்கக்கூட அவகாசம் இல்லாமல் சிலுக்கின் நடிப்பில் எடுக்கப்பட்ட படம் 'சில்க் சில்க் சில்க்'. சிலுக்கு முப்பது நாள்கள் தொடர்ந்து தன் மிக அரிதான கால்ஷீட்டைக் கொடுத்து மூன்று வேடங்களில் நடித்தார்.

1983 பொங்கலுக்கு வெளியான இந்தப் படம், தீவிரமான சினிமா ரசிகர்கள் வாழ்ந்த மதுரையிலேயே மூன்று வாரங்களுக்குள் சுருண்டு விட்டது.

சிலுக்கால் மாத்திரமே படங்கள் ஓடுகின்றன என்றால், அவர் கதாநாயகியாக நடித்த சில்க் சில்க் சில்க் ஏன் ஓடவில்லை என்று கேள்விகள் எழத் தொடங்கின.

ஆறு மாதங்களுக்குப் பிறகு 'போலீஸ் போலீஸ்' என்ற படத்தில் கதாநாயகியாக நடித்தார். அதுவும் படு தோல்வி அடைந்தது.

ஏவிஎம் குமரன் தனியாக முதன்முதலில் தயாரித்த சினிமா 'சூரக்கோட்டை சிங்கக்குட்டி'. அதில் சிலுக்கு கதாநாயகியாக நடிக்க வேண்டும் என்று விரும்பி ஒப்பந்தம் செய்தார். கதாநாயகன் பிரபு.

அப்போது எந்தவித எதிர்பார்ப்பும் இல்லாமல் வெளியான விஜயகாந்த் நடித்த 'சாட்சி' என்ற படம் பிய்த்துக்கொண்டு ஓடியது. மார்க்கெட்டை இழந்திருந்த விஜயகாந்த் மீண்டும் தலை தூக்கினார்.

சிவாஜி நடித்த 'மனோகரா'வை ராம. நாராயணன் உரு மாற்றம் செய்து சூரக்கோட்டை சிங்கக்குட்டியாக உலவ விட்டார். 'காளிதாசன் கண்ணதாசன்' பாடல் சூப்பர் டூப்பர்

'காளிதாசன் கண்ணதாசன்' பாடல் சூப்பர் டூப்பர் ஹிட் ஆனது. சூரக்கோட்டை சிங்கக்குட்டி எதிர்பார்த்த அளவு ஓடவில்லை.

ஹிட் ஆனது. சூரக்கோட்டை சிங்கக்குட்டி எதிர்பார்த்த அளவு ஓடவில்லை.

மிகப் பெரிய பேனரில் முழு நீளக் கதாநாயகியாக சிலுக்கு நடித்தும், அவருக்கு நடிப்பதற்கு நிறைய வாய்ப்புகள் இருந்தும் ரிபீட்டட் ஆடியன்ஸ் வரவில்லை. சென்னை தேவிபாரடைஸில் ஐம்பது நாள்களைக் கடந்தது அவ்வளவே.

சிலுக்கு முக்கியம். அதைக் காட்டிலும் அவர் நடிக்கும் கதாபாத்திரங்களின் தன்மை மனத்தில் நிற்பது போல் இருக்க வேண்டும் என்பது அதி முக்கியமானது என்கிற உணர்வு மேலிடத் தொடங்கியது.

'சிலுக்கை முழுக்க முழுக்க செக்ஸ் சிம்பலாக இங்கே எக்ஸ்பிளாயிட் பண்ணப் பார்த்தது தவறு! மூன்றாம் பிறையில் சிலுக்கு நின்றதுக்குக் காரணமே அந்த கேரக்டர்தான்!' என்று பாலுமகேந்திரா தம் கருத்தைச் சொன்னார். சிலுக்கின் புகழ் கொஞ்சம் குறையத் தொடங்கியது.

ஆனால் தனக்கு மார்க்கெட் போனதாகக் கூறப்பட்டதை சிலுக்கு ரசிக்கவில்லை.

'எனக்கு வாய்ப்பு குறைஞ்சு போச்சுன்னு எப்படி சொல்ல முடியும்? போன வருஷம் 1983-ல் வரிசையாக நான் நடிச்ச படங்களாகவே வந்திருக்கலாம்.

இப்போது அப்படிப் பார்க்கிறப்ப நான் நடிச்ச தமிழ் படங்கள் ரிலீஸ் ஆகிறது குறைஞ்சிருக்கலாம். எனக்கு மார்க்கெட் போயிடுச்சுன்னு சொல்றவங்களைப் பத்தி நான் கவலைப்பட முடியாது!

‘சிலுக்கு இல்லாமல் படம் ஓடாது’ன்னு நானா சொன்னேன்? யார் யாரோ அவங்க அவங்க இஷ்டப்படி துதி பாடிக்கிட்டு இருந்தாங்க. லாஸ்ட் இயர்லயே தமிழ்ல எத்தனையோ பெரிய நடிகர்கள் நடிச்ச படங்கள் பெயிலியர் ஆகி இருக்கு. அப்ப அவங்களுக்கு மார்க்கெட் போயிடுச்சுன்னா அர்த்தம்? அதேமாதிரிதான் என்னோட நிலைமையும்.

எனக்குப் படங்கள் ஓரளவுக்குக் குறைஞ்சதுக்கு காரணம் நானே குறைச்சிக்கிட்டேன். அன்னிக்கி சிலுக்கு இல்லேன்னா சினிமா ஓடாதுன்னு சொன்னவங்களே, இன்னைக்கு சிலுக்குக்குப் படம் குறைஞ்சு போச்சுன்னு சொல்றாங்க. இவங்களுக்கு வேறே வேலையே கிடையாது.

சில தயாரிப்பாளர்கள் ரிலீஸிங் டேட் பிக்ஸ் பண்ணிட்டு கடைசியிலே எங்கிட்ட வருவாங்க. ஒரே ஒரு நாளைக்காவது வொர்க் பண்ணி காப்பாத்துங்கம்மான்னு காலில் விழாத குறையாக கெஞ்சின வங்களுக்கெல்லாம் உதவி

பண்ணியிருக்கேன். அவங்களோட படம் ஓடறதுக்கும் ஓடாததுக்கும் நானா பொறுப்பு!'

சிலுக்கின் பதிலில் நேர்மை இருந்தது. இதைப் பற்றி அனுராதாவும் தன் கருத்தைக் கூறினார்.

'நான் சிலுக்கை வீழ்த்தி விட்டேன் என்பதை என்னால் ஒத்துக் கொள்ளவே முடியாது. யாரும் யாரையும் வீழ்த்திவிட முடியாது. ஸ்மிதாவை ரசிக்கிற ஆடியன்ஸுக்கு என்னிக்கும் அவங்க மட்டுமே வேணும். என்னை ரசிக்கிறவங்களுக்கு சில மூவ்மெண்ட்ஸ் நான்தான் ஆடணும்.

அதே நேரம் ஒரே டான்ஸரை அதிக காலம் யாராலேயும் பார்த்துக்கிட்டு இருக்க முடியாது. ஒரு வெரைட்டி தேவைப்படறப்ப ஆள் மாற்றம் ஏற்படுது. என்னையும் போதும் போதும்னு சொல்ற காலம் வரும். என் ஆட்டத்தையும் நிறுத்தவேண்டிய நிலைமை வரும். மாறுதல்ங்கிறது இங்கே சகஜம்!'

அனுராதாவின் பதிலிலும் யதார்த்தம் வெளிப்பட்டது.

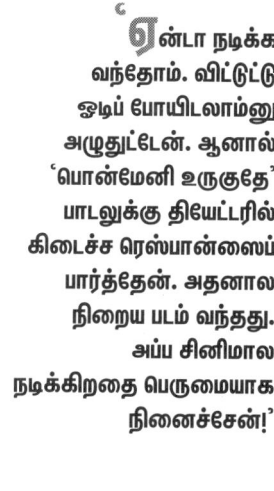

17

'ஏன்டா நடிக்க வந்தோம். விட்டுட்டு ஓடிப் போயிடலாம்னு அழுதுட்டேன். ஆனால் 'பொன்மேனி உருகுதே' பாடலுக்கு தியேட்டரில் கிடைச்ச ரெஸ்பான்ஸைப் பார்த்தேன். அதனால நிறைய படம் வந்தது. அப்ப சினிமால நடிக்கிறதை பெருமையாக நினைச்சேன்!'

சுபா காஞ்சலு

பத்திரிகைகள் சிலுக்கின் புகழுக்கு எப்போதுமே தனிக் காரணமாக விளங்கின.

ஆனால் சிலுக்கு நிருபர்களிடம் மிகவும் கடுமையாகவே நடந்து கொண்டார். இதை முன்பே பார்த்தோம்.

1982 ஆரம்பத்திலேயே சிலுக்கையும் டைரக்டர் எஸ்.ஏ. சந்திரசேகரையும் இணைத்து கிசுகிசுக்கள் வந்தன.

'போட்டது போட்டார்கள். யாராவது கல்யாணமாகாத நபருடன் என்னை இணைத்து கிசுகிசு எழுதக் கூடாதா? டைரக்டர் சந்திரசேகர் கல்யாணமாகி குழந்தை குட்டியுடன் இருக்கிறவர்' என்று குமுதத்தில் பேட்டி அளித்தார் சிலுக்கு.

அதே சமயத்தில் சிலுக்குடன் எல்லா இடங்களுக்கும் நிழல் போலத் தொடரும் ஒரு தாடிக்கார நபர் பற்றியும் கிசுகிசு செய்திகள் தீவிரமாக வரத் தொடங்கின.

‘பேட்டின்னு வந்து கேட்பானுங்க. நாம சொல்றதை எழுதறது கிடையாது. அவன் அவன் மனசுல தோணுறத எழுதிடுவான். அப்புறம் எதுக்கு நம்ம கிட்டே இன்டர்வியூன்னு வரானுங்க’ என்று சிலுக்கு ரிப்போர்டர்கள் குறித்து வழக்கமாக கமெண்ட் அடிப்பார்.

‘பேட்டின்னு வந்து கேட்பானுங்க. நாம சொல்றதை எழுதறது கிடையாது. அவன் அவன் மனசுல தோணுறத எழுதிடுவான். அப்புறம் எதுக்கு நம்மகிட்டே இன்டர்வியூன்னு வரானுங்க’

அப்போது அனைத்துக் கலைஞர்களுக்கும் ஆல் இண்டியா ரேடியோ விவிதபாரதி வர்த்தக ஒலிபரப்பு மீது தனி மரியாதை இருந்தது.

அதன் நிகழ்ச்சியில் பங்கேற்கும் நட்சத்திரங்களிடம் வம்பு தும்பாக கேள்விகள் கேட்க மாட்டார்கள். விரும்பிய வண்ணம் பேசி மகிழலாம். தனியார் எஃப்.எம் சானல்கள் பிறந்திராத காலம். விவிதபாரதிக்கு ஏகப்பட்ட ரசிகர்களும் உண்டு.

விவிதபாரதியின் சிறப்புத் தேன்கிண்ணம் வளரும் கலைஞர்களுக்கு மிகப் பெரிய வரப்பிரசாதமாக அன்று இருந்தது.

இரவு ஏழே முக்கால் மணி முதல் ஒன்பதேகால் மணி வரையில் பிரபலமான இளம் நடிகர், நடிகையர்களின் குரலைக் கேட்க குடும்பம் குடும்பமாகச் சாப்பிடாமல் கூட காத்துக்கிடந்தார்கள்.

சிலுக்கு பங்குகொண்ட ‘சிறப்புத் தேன் கிண்ணம்’ நிகழ்ச்சி, 1987-ல் யுகாதி பண்டிகை அன்று வானொலியில் ஒலிபரப்பு ஆனது. சிறப்புத் தேன் கிண்ணம் வழங்க மூன்று மாதங்களுக்கு முன்பே சிலுக்கிடம் ஒப்புதல் பெறப்பட்டது.

தனது சிறப்புத் தேன் கிண்ணம் சிறப்பாக வரவேண்டும் என்று சிலுக்கு மூன்று மாதங்களுக்கும் மேலாகத் தன்னைத் தயார் செய்தார்.

ஒன்றே கால் மணி நேரத்தில் ஒலிபரப்புவதற்காக சிலுக்கு நாற்பத்தைந்து சினிமா பாடல்களைத் தேர்வு செய்திருந்தார்.

தனக்கு முன்பு சிறப்புத் தேன் கிண்ணம் வழங்கிய காமெடி நடிகர் செந்தில் எப்படியெல்லாம் நிகழ்ச்சியை வழங்கினார் என்று அந்த ஸ்கிரிஃப்டை வாங்கிப் பார்த்தார்.

சிலுக்கின் சிறப்புத் தேன் கிண்ணம் தயாரித்த இளைஞரை சிலுக்கு மிகவும் மரியாதையாகவே நடத்தினார். சிறப்புத் தேன் கிண்ணம் குறித்த தனது சந்தேகங்களை அவர் வீட்டுக்கே கூட ஃபோன் போட்டுக் கேட்டார்.

அந்த இளைஞருக்கும் இன்ப அதிர்ச்சி. நம் வீட்டு போனில் சிலுக்கின் குரலா என்று அந்த இளைஞரால் நம்பவே முடியவில்லை.

ஒருமுறை இப்படி ஃபோனில் சிலுக்கும் இளைஞரும் சிறப்புத் தேன் கிண்ணம் குறித்துப் பேசியபோது அங்கிருந்த வானொலி அதிகாரி ஒருவர் இளைஞரை கோபித்துக் கொண்டார்.

'என்ன புதுசாவா சிறப்புத் தேன் கிண்ணம் செய்யறீங்க... விவிதபாரதியில எத்தனையோ போயாச்சே...'

'அவங்களுக்கு எத்தனையோ புரொகிராம்ல இது ஒண்ணு! எனக்கு இது ஸ்பெஷல் புரொகிராம். இன்ட்ரஸ்டா பண்ணணும்.'

அந்த அதிகாரியின் வார்த்தைகள் மறுமுனையில் இருந்த சிலுக்குக்கும் கேட்டது. சிலுக்கு அந்த இளைஞரைச் சமாதானம் செய்தார்.

'அவங்களுக்கு எத்தனையோ புரொகிராம்ல இது ஒண்ணு! எனக்கு இது ஸ்பெஷல் புரொகிராம். இன்ட்ரஸ்டா பண்ணணும்.'

ஒரு விடுமுறை நாளில் இந்த நிகழ்ச்சியின் ஒலிப்பதிவுக்காக சென்னை வானொலி நிலையத்துக்குச் சென்றார். பாடல்களுக்கு இடையே பேசுவதற்காக தன் கைப்படவே

தெலுங்கில் பதினைந்து பக்கங்கள் எழுதிக் கொண்டு போய் இருந்தார்.

யுகாதி அன்று ஒலிபரப்புவதற்காக அன்று ஒலிப்பதிவு செய்யப்பட்டது. தனது திரையுலக அனுபவங்களை, ஆசைகளை வானொலி நேயர்களிடம் சந்தோஷமாகப் பகிர்ந்து கொண்டார்.

எஸ். ஜானகியின் தீவிர ரசிகை என்று தன் முதல் பாடலாக 'சிங்கார வேலனே தேவா'வை ஒலிபரப்பச் சொன்னார்.

மூன்றாம் பிறை 'பொன்மேனி உருகுதே' பாடலுக்காக மிகக் குறைந்த ஆடைகளுடன் ஊட்டியின் பனிச் சிதறல்களுக்கு நடுவே வெறும் காலுடன் ஆடிய கஷ்டத்தைச் சொன்னார்.

'ஏன்டா நடிக்க வந்தோம். விட்டுட்டு ஓடிப் போயிடலாம்னு அழுதுட்டேன். ஆனால் 'பொன்மேனி உருகுதே' பாடலுக்கு தியேட்டரில் கிடைச்ச ரெஸ்பான்ஸைப் பார்த்தேன். அதனால நிறைய படம் வந்தது. அப்ப சினிமால நடிக்கிறதை

136 ❖ பா. தீனதயாளன்

பெருமையாக நினைச்சேன்!' என்று அந்தப் பாடலை ஒலிபரப்பச் சொன்னார்.

'எனக்கு பாக்யராஜ் படத்துல நடிக்கறதுக்கு ரொம்ப ஆசை. ரொம்ப நாளா எதிர்பார்த்து காத்துக்கிட்டு இருக்கேன். எனக்கு வாய்ப்புக் கிடைச்சா கண்டிப்பா நடிப்பேன்' என்று தன் ஆசையை வெளியிட்டார்.

இந்த நிகழ்ச்சிக்காக சிலுக்குக்கு வானொலி வழங்கிய சன்மானம் நூற்றைம்பது ரூபாய்!

'நான் எழுதி எழுதி கிழிச்சிப்போட்ட பேப்பர்களுக்கே நூற்றைம்பது ரூபாய் ஆகியிருக்கும். ரூபாய்க்காக நான் வரல. விவிதபாரதி எனக்குப் பிடிக்கும். அது ரொம்ப பாப்புலர். அதுல புரொகிராம் பண்ணணும்னு எனக்கு ரொம்ப நாள் ஆசை!

நான் மத்தவங்க மாதிரியெல்லாம் கிடையாது. வெளியில என்னைப் பத்தி சில பேரு சில மாதிரி சொல்வாங்க. நான் அப்படியெல்லாம் கிடையாது. ஜென்டின் வுமன்!' என்றார் சிலுக்கு.

தனக்கான ஒலிப்பதிவு முடிந்ததும் விவிதபாரதி உங்கள் விருப்பம் எப்படி ஒலிப்பரப்பாகிறது என்று கூடவே இருந்து கேட்டார். கிட்டத்தட்ட மூன்று மணி நேரம் சென்னை வானொலியில் தன் நேரத்தைச் செலவிட்டார்.

தனது நிகழ்ச்சியை சிறப்பாக அமைத்த இளைஞருக்கு ஃபோன் செய்து 'நீங்க ஏன் எனக்கு சுபா காஞ்சலு சொல்லவேயில்ல...' என்று குழந்தை மாதிரி கேட்டார்.

அந்த இளைஞருக்கு சுபா காஞ்சலு என்றால் யுகாதி தெலுங்கு புத்தாண்டு நல்வாழ்த்து என்று தாமதமாகவே புரிந்தது.

அந்த இளைஞரிடமிருந்து சுபா காஞ்சலு பெற்ற பிறகே ஃபோனை வைத்தார் சிலுக்கு!

18

கோடிக் கணக்கில் பணம் சம்பாதித்துவிட்ட போதிலும் தம்மால் சினிமாவில் சாவித்திரி போல் பேர் வாங்க முடியவில்லையே என்கிற ஆதங்கம் சிலுக்குக்கு அதிகமாகவே இருந்தது.

சாவித்ரி போல..

தமிழிலும் தெலுங்கிலும் கொடிகட்டிப் பறந்த நடிகை சுஹாசினியிடம் சிலுக்கு தனி மதிப்பே வைத்திருந்தார். பல தெலுங்குப் படங்களில் சிலுக்கும் சுஹாசினியும் சேர்ந்து நடித்திருக்கிறார்கள்.

'நீ இருக்க வேண்டிய இடத்தில் நான் இருக்கணும்னு நினைக்கிறேன் ஹாசினி. சினிமாவில் மட்டுமல்ல. வாழ்க்கையிலும்'

இப்படிப் பலமுறை சுஹாசினியிடம் மனம் விட்டுப் பேசி இருக்கிறார் சிலுக்கு.

சிலுக்கு வறுமையில் மிகவும் துயரங்களை அனுபவித்தவர் என்பதால் அவர் கூடுமான வரையில் தன் வாழ்வில் எளிமையைக் கடைபிடித்தார்.

'மிகவும் சாதாரணமான மனிதரையே நான் திருமணம் செய்து கொள்வேன். அப்படிப்பட்ட ஒருவர் எனக்கு வந்துவிட்டார். வாழ்க்கையில் ஒரு

பெண்ணுக்குப் பொருத்தமான நல்ல கணவன் அமைவது அவளது அதிர்ஷ்டத்தைப் பொருத்தது.

என்னுடைய திருமணம் காதல் திருமணமாக நடந்தாலும் நீங்கள் ஆச்சரியம் அடைய வேண்டாம். அலட்டிக் கொள்ளாமல் பந்தா ஏதும் இல்லாவரை நான் திருமணம் முடிப்பேன்.

இருக்க வீடு, பேச ஒரு டெலிஃபோன், சுற்ற ஒரு கார் என்று இருந்தால் போதும். திருமணம் செய்து கொண்ட பிறகு படங்களில் நடிக்க மாட்டேன். இன்னும் மூன்று வருஷங்கள் நடிப்பேன் 1985 - ல் கல்யாணம்.'

சிலுக்கு தன் திருமணம் குறித்தும் எதிர்காலத்தில் தனக்கு வரப் போகிற கணவர் குறித்தும் பல்வேறு பத்திரிகைகளில் வெவ்வேறு சந்தர்ப்பங்களில் கூறியிருக்கிறார்.

●

மலையாளம், தமிழ், கன்னடம், இந்திப் படங்களுக்குப் பிறகே தெலுங்கில் நடிக்க சிலுக்குக்கு வாய்ப்புக் கிடைத்தது. அலைகள் ஓய்வதில்லை தெலுங்கு பதிப்பான 'சீதா கோக சிலுகா'விலும், அண்ணி வேடத்தில் நல்ல வரவேற்பைப் பெற்றார். தமிழை விட தெலுங்கில் கூடுதல் கவர்ச்சியுடன் நடித்தார். இதனால் கடைசி வரை சிலுக்கின் தெலுங்கில் வரவேற்பு குறையவே இல்லை.

சிலுக்கு வறுமையில் மிகவும் துயரங்களை அனுபவித்தவர் என்பதால் கூடுமான வரையில் தன் வாழ்வில் எளிமையைக் கடைபிடித்தார்.

அன்றைய தெலுங்கு பட முன்னணி ஹீரோக்கள், தாசரி நாராயணராவ் போன்ற பிரபல இயக்குநர்கள் அனைவர் படங்களிலும் சிலுக்கு நடித்தார். 'தமிழைவிட தெலுங்கில் ஒரு கதாநாயகியாகத் தன்னை ஆந்திர மக்கள் ஏற்றுக் கொண்டார்கள்' என்றே சிலுக்கு நம்பினார்.

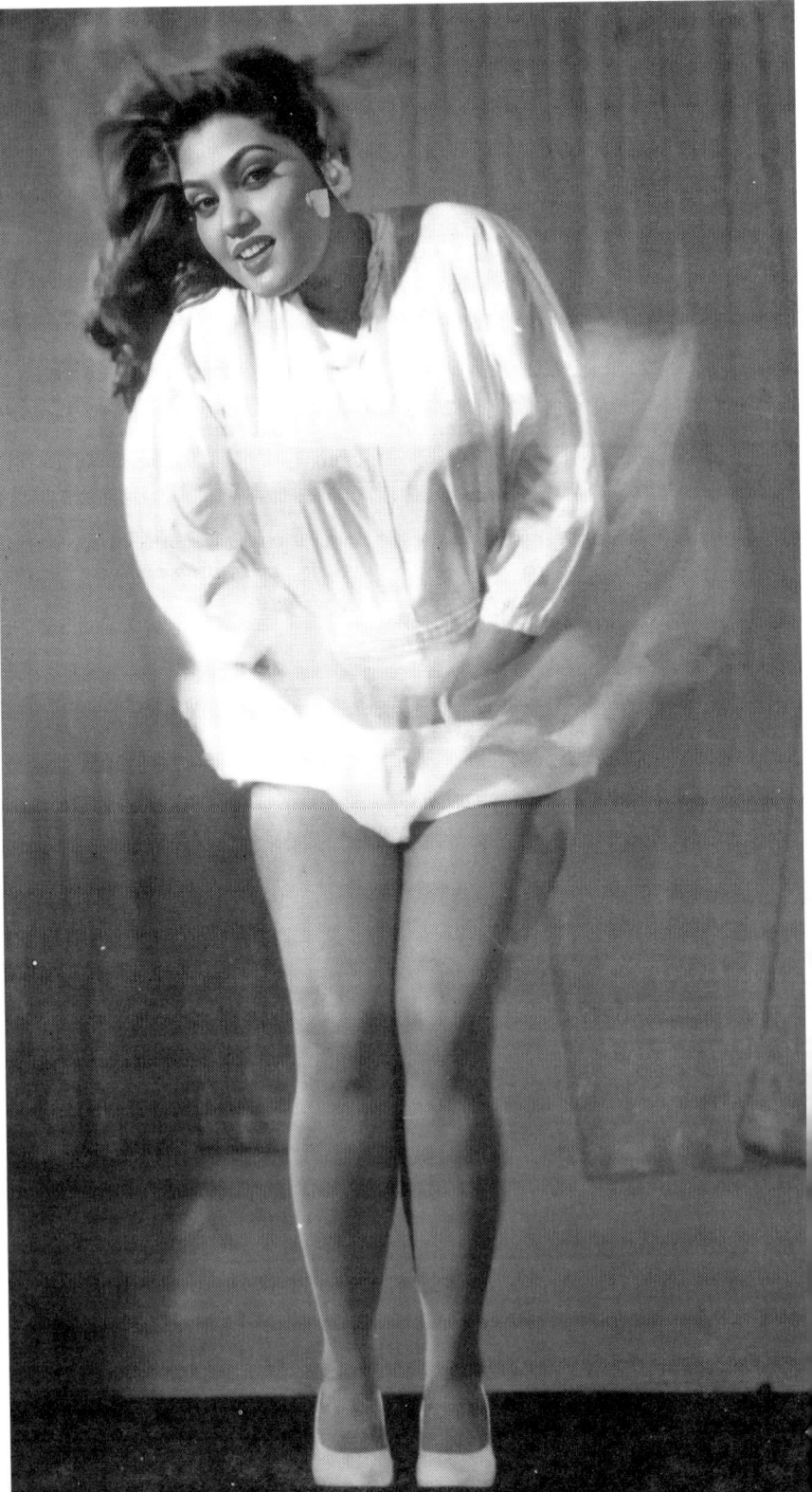

தெலுங்கில் என்.டி. ராமராவுக்கு இணையான புகழில் வாழ்ந்தவர் ஜோதிலட்சுமி. சிலுக்கு தனக்கு முன்பு புகழ் பெற்றிருந்த எந்த கவர்ச்சி நடிகையையும் பின்பற்றாமல் நடித்ததால் தெலுங்கிலும் அவருக்கு ஜோதிலட்சுமியைக் காட்டிலும் வரவேற்பு இருந்தது. தெலுங்கு அவரது தாய் மொழியாக இருந்ததால் கூடுதல் கவனம் செலுத்த முடிந்தது.

அதே சமயம் தெலுங்கு சினிமா பத்திரிகையாளர்களிடமும் சிலுக்கு அடாவடியாகவே நடந்து கொண்டார். அவர்கள் தன்னைக் கேலி கிண்டல் செய்து எழுதுகிறார்கள் என்று பேட்டி கொடுப்பதைத் தவிர்த்தார்.

என்.டி. ராமாராவ் ஆந்திர முதல்வராக ஆவதற்கு முன்பு வெளிவந்த படம் நா தேசம். அதில் சிலுக்கு கவர்ச்சி நடனம் ஆடினார். சிலுக்கு ஆடிய ஒரே ஒரு என்.டி.ஆர். படம் அது.

குறுகிய காலத்தில் சினிமாவில் சிலுக்கு போல் வெற்றிகரமாகப் பணம் சம்பாதித்தவர்கள் மிகச் சொற்பம். நான் நீ என்று போட்டி போட்டுக் கொண்டு தென்னிந்தியப் பட முதலாளிகள் சிலுக்கை நடிக்க வைத்திருக்கிறார்கள்.

தமிழில் சிவாஜி புரொடக்ஷன்ஸ் உள்பட அவர் நடிக்காத மிகப் பெரிய பேனர்களே கிடையாது. ஏவிஎம், கேஆர்ஜி, முக்தா பிலிம்ஸ், தேவர் பிலிம்ஸ், சத்யா மூவிஸ் போன்ற பேனர்களில் தொடர்ந்து சிலுக்கு முக்கியமான நடிகையாக கருதப்பட்டார்.

முக்தா பிலிம்ஸ் ‘இரு மேதைகள்’ என்று சிவாஜி, பிரபு இருவரையும் வைத்துப் படம் தயாரித்தது. ஆனால் அவர்கள் இருவரையும் விட்டுவிட்டு சிலுக்கு படத்தை மட்டும் போட்டு நாளிதழில் விளம்பரம் செய்தது. இத்தனைக்கும் அந்தப் படத்தில் கதாநாயகிகள் சரிதா, ராதா. அவர்களும் அப்போது உச்சத்தில் இருந்தார்கள். ஆனாலும் சிலுக்குக்கு முக்கியத்துவம் கொடுக்கப்பட்டது. இருந்தாலும் பெயர் வாங்கிக் கொடுக்கும் கதாபாத்திரங்கள் கிடைக்கவில்லை.

கோடிக் கணக்கில் பணம் சம்பாதித்துவிட்ட போதிலும் தம்மால் சினிமாவில் சாவித்திரி போல் பேர் வாங்க முடியவில்லையே என்கிற ஆதங்கம் சிலுக்குக்கு அதிகமாகவே இருந்தது.

‘மற்றவர்களை விட நான் எந்தவிதத்தில் குறைந்தது போனேன்? மக்கள் விரும்பா விட்டால் எனக்கு இந்தப் பேரும் புகழும் கிடைத்து இருக்குமா’ என்றெல்லாம் சிலுக்கு வெளிப்படையாகவே புலம்ப ஆரம்பித்தார்.

இந்த நிலையில் சிலுக்கு ஒரு தவறான முடிவுக்கு வந்தார்.

‘தனக்கு மிகப் பெரிய மார்க்கெட் இருக்கிறது. இனி நம்மை வைத்து மற்ற தயாரிப்பாளர்கள் சம்பாதித்தது போதும். நமது செல்வாக்கை நாமே காசு பண்ணலாம்’ என்று சாவித்திரி போலவே சொந்தப்படம் தயாரிக்க முடிவெடுத்தார்.

ஆந்திர மக்கள் எப்போதும் கன் பைட் காஞ்சனா, ரிவால்வர் ரீட்டா மாதிரியான லேடி ஜேம்ஸ்பாண்டுகளாக விஜயலலிதா, ஜோதிலட்சுமி போன்றவர்களின் நடிப்பை ரசிப்பார்கள்.

சிலுக்கும் ‘லேடி ஜேம்ஸ்பாண்டு’ என்ற படத்தில் ஆக்ஷன் நாயகியாக நடித்துள்ளார். ‘புன்னமி ராத்திரி’ என்ற படத்திலும் சிலுக்கு கதாநாயகி. இப்படி ஆக்ஷன் நாயகியாக நடிப்பதற்காக சிலுக்கு மோட்டார் பைக், குதிரையேற்றம் போன்றவற்றைக் கற்றுக் கொண்டார். சுப்புராஜ் என்கிற தயாரிப்பாளர் தயாரித்த இந்தப் படங்கள் வசூலை வாரித் தந்தன.

தெலுங்கு சினிமா பத்திரிகையாளர்களிடமும் சிலுக்கு அடாவடியாகவே நடந்து கொண்டார். அவர்கள் தன்னைக் கேலி கிண்டல் செய்து எழுதுகிறார்கள் என்று பேட்டி கொடுப்பதைத் தவிர்த்தார்.

அப்போது விஜயசாந்தி ஆந்திர மக்களின் ஆபத் பாந்தவியாக நடித்து ஏகப்பட்ட ஹிட்களைக் கொடுத்தார். விஜயசாந்தியைத் தேடிப் போகிறவர்கள் தன்னை கதாநாயகியாகத் தேடி வரமாட்டார்கள் என்று சிலுக்குக்குப் புரிந்தது. தானே தயாரிப்பாளர் ஆனார். ‘வீர விகாரம்’ என்ற பெயரில் ஒரு படத்தை தெலுங்கிலும் மலையாளத்திலும் ஒரே நேரத்தில் தயாரித்தார்.

படம் வாங்க வந்த விநியோகஸ்தர்களிடம் தானே லாபம் சம்பாதிக்க வேண்டும் என்கிற பேராசையில் சொந்த ரிலீஸ் என்று கூறி அனுப்பி விட்டார் சிலுக்கு. வீர விகாரம் படுதோல்வி அடைந்தது.

சிலுக்கு படமெடுத்த கதையெல்லாம் தமிழ் சினிமா உலகில் பெரிதாக அலசப்படவேயில்லை. தமிழில் அவர் கதையே முடிந்து விட்டிருந்தது. மும்பையில் இருந்து இறக்குமதியான கதாநாயகிகள், கவர்ச்சிக் களத்தில் குதித்தனர். இதனால் 'கவர்ச்சி ஆட்ட நடிகைகள்' என்ற இனமே தேவையின்றிப் போனது. அப்போது தமிழ்நாடு கவுதமி, குஷ்பூவுக்கு மாறி இருந்தது.

தொலைத்த இடத்தில்தானே தேட வேண்டும். சிலுக்கு தெலுங்கில் 'பிரேமன்ச்சி ச்சூடு' என்று இன்னொரு படம் தயாரித்து நடித்தார். படத்தில் டப்பிங் பேசப் போன சரிதா உள்பட பல டெக்னீஷியன்கள் சம்பள பாக்கிக்காக அலைந்தார்கள். படம் சரியாக ரிலீஸ் ஆகாமல் நஷ்டம் அதிகரித்தது. பல போராட்டங்களுக்குப் பின் வெளிவந்து படுதோல்வி அடைந்தது.

அப்படியும் சிலுக்கின் ஆசை அடங்கவில்லை. மலையாளத்தில் 'பெண் சிங்கம்' என்றொரு படம் தயாரித்தார். படம் ரிலீஸானதாகவே தெரியவில்லை.

சிலுக்கு தெருவுக்கே வந்துவிட்டார். சினிமா தொழில் வெளியே பார்க்கையில் வெளிச்சம் காட்டும். உள்ளே உள்ளே போய்விட்டால் புதைகுழி என்பதை சிலுக்கு புரிந்துகொள்ள சொந்தப் பட அனுபவங்கள் உதவின. உணர்த்தின.

தலைகாட்டவே முடியவில்லை. திரும்பிய பக்கமெல்லாம் கடன்காரர்கள் தொல்லை. விரும்பிப் பார்த்த ஃபைனான்ஸியர்கள் எல்லாம் திரும்பிப் பாராமல் போனார்கள்.

அப்போதும் எல்லாவற்றையும் இழந்து விட்டோம் என்று சிலுக்கு நினைக்கவேயில்லை. இதயம் மட்டுமே தூள் தூளாக நொறுங்கிப் போனது. கால்கள் மிச்சம் இருக்கின்றன என்று அறிவு சொல்லிற்று. கலை நிகழ்ச்சிகளில் வெளிநாடுகளில் ஆடினார். பதினான்கு மாதங்களுக்கும் மேல் அஞ்ஞாத வாசம்.

1988ல் தமிழில் மீண்டும் சிலுக்கு சிறகடிக்க, இயக்குநர் ராஜசேகர், கங்கை அமரன் இருவரும் உதவினார்கள். செண்பகமே செண்பகமே, ஏவி.எம்.மின் பாட்டி சொல்லைத் தட்டாதே என இரு வெற்றிச் சித்திரங்களில் சிலுக்குக்கு சிறப்பான வேடம் வாய்த்தது.

தமிழ் சினிமாவில் சிலுக்கின் அலை ஓய்ந்து, அதன் பிறகு பெய்த மழை இது. ராமராஜனின் கிராமப்படங்கள் புற்றீசல் போல் தமிழ் சினிமாவை ஆக்கிரமித்துக் கொண்டிருந்தன. ஏறக்குறைய டிஸ்கோ சாந்தி, அனுராதா, குயிலி போன்றவர்கள் ஆட்டம் கண்டு கொண்டு இருந்தார்கள்.

ராமராஜன் வந்த பிறகு ஆபாசமற்ற குடும்பச்சித்திரங்கள் நிறையவே அவர் நடிப்பில் வெளியாயின. அப்படியொரு சந்தர்ப்பத்தில் 'அன்று பெய்த மழையில்' ரிலீசாகியது.

சிலுக்கு மார்க்கெட் போயிருக்கலாம். ஆனால் அவருக்கென்று இருந்த தனி மவுசு குறையவே இல்லை என்பதை அன்று பெய்த மழையில் வெற்றிகரமாக நிருபித்தது.

Fatal Attration என்கிற ஆங்கிலப் படத்தின் தழுவலே அன்று பெய்த மழையில். அந்த படத்தில் சிறப்பாக நடித்ததற்காக சிலுக்குக்கு தேசிய விருது கிடைக்கும் என்று எதிர்பார்த்தார். அந்தப் படத்தின் தயாரிப்பாளர், ஒளிப்பதிவாளர் டைரக்டர் அசோக்குமார்.

தமிழில் தரமான படங்களுக்கான தமிழக அரசு மானியம் மூன்று லட்சம் ரூபாய் படத்துக்குக் கிடைத்தது. இதில் நடிப்பதற்காக மொத்தமாக கால்ஷீட் கொடுத்து ஈடுபாடோடு நடித்தார் சிலுக்கு.

'எனது இயல்புகளை உள்ளடக்கிய கதாபாத்திரமாக இது இருப்பதால் என்னால் முடிந்த வரையில் இந்தக் கேரக்டரை சிறப்பாக நடிக்க முயல்கிறேன்' என்று சிலுக்கு அசோக்குமாரிடம் சொன்னார்.

'கேப்ரி என்கிற நாயகி வேடம். க்ளைமாக்ஸில் சிலுக்கு கேரக்டராகவே மாறி அற்புதமாக நடித்தார். அந்தப் பாத்திரத்துக்கு அவர் மிகவும் பொருந்தி வந்தார். சிலுக்கைப் போல வேறு யாராலும் அந்த வேடத்தில் நடித்திருக்கவே முடியாது' என்று அசோக்குமார் மிகுந்த மனநிறைவு கொண்டார்.

சிலுக்குக்குப் படத்தில் சண்டைக் காட்சிகளும் இருந்தன. தமிழில் நன்றாக வசூல் செய்த அன்று பெய்த மழையில் தெலுங்கு, இந்தியிலும் டப் செய்யப்பட்டது.

1990 தீபாவளிக்கு வெளியானது கே.பாக்யராஜின் அவசர போலீஸ் 100. கே.பாக்யராஜ் நடித்து இயக்குகிற ஒரு படத்திலாவது நடித்து விட வேண்டும் என்கிற சிலுக்கின் வெகு நாளையக் கனவு பலித்தது.

அதில் அப்பாவி போலீஸ்காரர் வீராசாமியின் ஆசை மனைவி 'சின்னபாப்பா' வேடம் சிலுக்குக்கு. தன் கணவரை

அவர் பாவா பாவா என்று கொஞ்சிக் கொஞ்சி கூப்பிட்ட விதத்தில் கல்லாப்பெட்டிகள் நிரம்பின.

சித்ராலயா கோபு தொடங்கி ஆர். பார்த்திபன், வசந்த் என்று பலருக்கும் உதவி டைரக்டராக வளர்ந்தவர் ராஜ் கபூர். சிவாஜி புரொடக்ஷன்ஸ் அவரை டைரக்டராக்கியது. பிரபு - கனகா நடிக்க 'தாலாட்டு கேட்குதம்மா!' படத்தில் நடிக்க சிலுக்கைத் தேடி ஓடி வந்தார்.

'அம்மா ஒரு நல்ல வேஷம், டாக்டர் ரோல். நீங்க நடிச்சா சரியா வரும். படம் நிக்கும்.'

சிலுக்கு பேசாமலிருந்தார்.

தமிழில் கேரக்டர்கள் மட்டுமே செய்ய முடிவெடுத்து நடனத்தை அறவே நிறுத்தியிருந்த நேரம் அது.

கே.ஆர்.ஜி.யின் 'மனைவி வந்த நேரம்' படத்தில் காமெடியனுக்கு ஜோடியாக நடிக்கச் சொல்லி சிலுக்கிடம் கேட்டார்கள். பணம் அதிகமாக தருவதாகச் சொன்னார்கள். கே.ஆர்.ஜி.யே சிலுக்கிடம் பேசினார். முடியவே முடியாது என்று சிலுக்கு மறுத்து விட்டார்.

நடனம் வேண்டாம். கதையோடு சேர்ந்த நல்ல கேரக்டர்கள் வேண்டும் என்று பிடிவாதம் பிடித்தார். சாவித்திரியை மனசில் வைத்துக் கொண்டு சங்கடங்களைச் சந்தித்தார். சாவித்ரியின் காலகட்டத்தில் கதைக்கு இருந்த முக்கியத்துவம், தன் காலத்தில் சதைக்கு மாறியதை சிலுக்கு புரிந்து கொள்ளவில்லை.

பணம் மிகவும் தேவையாக இருந்த நேரத்திலும் சிலுக்கு கீழே இறங்கி வரவில்லை.

ராஜ் கபூர் சிலுக்கின் வார்த்தைக்காகக் காத்திருந்தார்.

'நீங்க தாலாட்டு கேட்குதம்மால நடிச்சாத்தான் எனக்கு லைஃப் மேடம்!'

இதற்கு மேல் சொல்ல எதுவுமில்லை. இனி நடையைக் கட்டலாம் என நினைத்தார் ராஜ் கபூர்.

ராஜ் கபூர் போன்ற புதியவர்கள் இன்னும் நம்மை நம்புகிறார்களே என்று சிலுக்குக்குக் கொஞ்சம் தெம்பு வந்தது. நடிக்க ஒப்புக் கொண்டார்.

சிலுக்கின் மிக ராசியான கதாநாயகன் பிரபு. இருவரும் சேர்ந்து நடித்தவை எல்லாம் வெற்றிகரமாகவே ஓடின. சிலுக்கை மிகவும் கௌரவத்தோடு நடத்தியவர் அவர். சிவாஜியை சிலுக்கு மதிக்கவில்லை என்றெல்லாம் எண்ணாமல் எப்போதும் மரியாதை கொடுத்தார் பிரபு.

சிலுக்கு சரியாக ஆடாமல் டைரக்டர் ஒன்ஸ்மோர் கேட்டால், நிலைமையைச் சரிகட்டும் விதமாக நான்தான் தப்பு பண்ணிட்டேன் என்று பெருந்தன்மையுடன் நடந்து கொண்டவர். இந்த ஜோடி மீண்டும் இணைந்தது.

தாலாட்டு கேட்குதம்மா வெற்றிகரமாக நூறு நாள்கள் ஓடியது. பிரபுவின் அடுத்த படமான 'பாண்டித்துரை'யிலும் சிலுக்குக்கு வாய்ப்புக் கிடைத்தது.

●

'தம்பிக்கு ஒரு பாட்டு' என்கிற தனது அடுத்த தயாரிப்பிலும் சிலுக்கையே கதாநாயகியாக ஒப்பந்தம் செய்தார். அசோக்குமாரின் மகனுக்கு சிலுக்கின் தம்பி வேடம்.

பலவீனமான திரைக்கதையால் படம் தோல்வி அடைந்தது.

அதற்குப் பின், 'அன்று பெய்த மழையில்' படத்தின் இரண்டாம் பாகம் எடுப்பதற்கு அசோக்குமார் ஆர்வமாக இருந்தார். ஆனால் பைனான்ஸ் செய்ய யாரும் முன் வராததால் அது கைவிடப்பட்டது.

நீர்த்திவலைகள் வழிகிறமாதிரி சிலுக்கின் முகத்தை அசோக்குமார் அன்று பெய்த மழையில் படத்துக்காக போட்டோ எடுத்தார். சிலுக்கு அந்த ஸ்டில்லை தன் வீட்டில் மாட்டி வைத்தார். அசோக்குமார் சிலுக்கை வைத்து எத்தனையோ ஸ்டில்கள் எடுத்திருந்தாலும் சிலுக்குக்கு என்னமோ அந்த ஸ்டில் பிடித்துப்போயிருந்தது.

●

சிலுக்கு கவர்ச்சி ஆட்டத்தை நிறுத்தியிருந்தார். இருந்தாலும் சிலுக்கு நடிக்க வேண்டும் என்று விரும்பியவர்களுக்கு மட்டும் மறுக்காமல் ஒப்புக்கொண்டார்.

ஆர்.வி. உதயகுமார் 90 - களில் தமிழ் சினிமாவில் தொடர்ந்து ஹிட்களைக் கொடுத்தவர். அவரது டைரக்‌ஷனில் நடிக்க வேண்டும் என்கிற எண்ணம் சிலுக்குக்கும் இருந்தது.

உதயகுமார் 'சுபாஷ்' என்கிற படத்தை சிவஸ்ரீ பிக்சர்சுக்காக டைரக்ட் செய்தார். அர்ஜுன், ரேவதி நடித்த அந்தப் படத்தில் சிலுக்கு ஆடவேண்டும் என்று விரும்பினார் உதயகுமார்.

கதைப்படி ஓர் அழகியின் நடனம் அவருக்குத் தேவையாக இருந்தது. 1996-ல் தமிழ் சினிமாவில் 'கவர்ச்சி ஆட்ட நடிகைகள்' என்று தனியாக யாரும் இல்லை. டிஸ்கோ சாந்தி கூட கல்யாணம் செய்து கொண்டு ஆந்திர சினிமா பக்கம் போய்விட்டார்.

சிலுக்கை மீண்டும் கவர்ச்சியாக நடிக்க அழைக்க முடியுமா என்பது உதயகுமார் முன்பு வைக்கப்பட்ட வினாவாக இருந்தது.

காரணம் அப்போது சிலுக்கு மிகவும் கஷ்டத்தில் இருக்கிறார் என்று செய்திகள் நிறையவே கோடம்பாக்கத்தில் உலவின.

சிலுக்கு அத்தனை உற்சாகமாக இல்லாத சூழல். அவரை அணுகி மீண்டும் கவர்ச்சி நடனம் ஆடச் சொல்வது சாத்தியமா என்று உதயகுமார் யோசித்தார்.

அவரிடமே கேட்டுவிடலாம் என்று உதயகுமாரும் படத் தயாரிப்பாளரும் சிலுக்கின் வீட்டுக்கு சென்றார்கள். சிலுக்கின் முகம் வாட்டமுடன் இருந்ததே தவிர அவரது உடல் சிக்கென்று இருந்தது. உதயகுமார் விஷயத்தை சொன்னதும் சிலுக்குக்குத் தன் நீண்ட நாள் ஆசைகளில், இந்த சின்ன ஆசையாவது நிறைவேற்றிக் கொள்ளலாம் என்று நினைத்து ஒப்புக் கொண்டார்.

சிலுக்கு ஆடுவதற்காக உற்சாகமாக உதயகுமாரே பாடல் எழுதினார். 'சலோமா சலோ' என்று ஆரம்பமானது அந்த பாட்டு. அர்ஜூனும் சிலுக்கும் ஆடிப்பாட மோகன் ஸ்டுடியோவில் நான்கு நாள்கள் ஷூட்டிங் நடந்தது.

இந்தப் பாடல் காட்சி வித்தியாசமானதாக இருக்க வேண்டும் என்று விரும்பினார் உதயகுமார். பாடலில் சிலுக்கின் அறிமுகக் காட்சியை மாற்றி யோசித்தார்.

எரிமலைகளில் இருந்து சிலுக்கு வெளியேறி, நெருப்பிலே பூத்த மலராக வந்து நின்றால் எப்படி இருக்கும் என்ற

கற்பனை விரிந்தது. யாக குண்ட நெருப்புக்குள்ளிருந்து பாடல் தொடங்கும்போது சிலுக்கு வெளியே வருவது போலவும், பாடல் முடியும் போது மீண்டும் தீக்குள்ளேயே மூழ்குவது போலவும் காட்சி படமானது.

உண்மையிலேயே அப்போது சிலுக்கு தன் அந்தரங்க வாழ்வில் இதயத்தில் எரிமலைகள் சிதற வாழ்ந்து கொண்டு இருந்தார்.

சிலுக்கு, மோகன் ஸ்டுடியோவின் சுபாஷ் செட்டையே ஆசையுடன் சுற்றிச் சுற்றி வந்தார். உதயகுமாரிடம் 'இப்படியே ஷூட்டிங்லயே இருக்கணும் போலிருக்கு' என்று உற்சாகமாகச் சொன்னார்.

ஆனால் சுபாஷ் படம் வெளியானபோது, சிலுக்கின் ஆட்டம் ரசிகர்களைக் கிறங்கடிக்கவில்லை. மாறாக, கலங்கச் செய்தது.

அது ஒரு சகாப்தத்தின் நிறைவுக் காண்டம் என்பது யாரும் சொல்லாமலேயே புரிவதாக இருந்தது. உதயகுமாருக்கும் சிலுக்குக்கும் வருத்தம். ஆனால் வருந்திப் பயனில்லை என்பது புரிந்துவிட்டது.

சிலுக்கு கவலை கொண்டார்.

19

சொந்தப் படங்களால் கடன், தொடர்ந்து நடித்தால் மட்டுமே சாப்பாடு என்ற அவல நிலை. முன்னிலும் கடுமையாக பாடுபட்டு உழைத்து கடன்களை அடைத்து இழந்ததை மீட்டுக் கொண்டார். மார்க்கெட் பறி போன போதும் வெளிநாட்டுக் கலை விழாக்களில் ஆடுவதற்கு, சம்பளம் மூன்று லட்சம் என்று விடாப்பிடியாகக் கூறினார்.

காதல் டாக்டர்

அது ஒரு தெலுங்கு சினிமா ஷூட்டிங். இடைவேளை நேரம். ஸ்டண்ட் மாஸ்டர் விக்ரம் தர்மா, சிலுக்கிடம் வந்தார். நேரடியாகவே அந்தக் கேள்வியைக் கேட்டார்.

அந்த சமாசாரம், சினிமாகாரர்களின் மனத்தை நீண்ட நாள்களாக உறுத்திக் கொண்டிருந்தது. எவரும் சிலுக்கிடம் கேட்கத் தயங்கும் விஷயம்.

சண்டைப் பயிற்சியாளர் அல்லவா... தாறுமாறான, எரிச்சலூட்டும் எரிமலை வினாவைச் சட்டென்று கேட்டு விட்டார்.

'இந்த ஆளு என்ன அழகா இருக்காருன்னு இவரை உங்க கூட வெச்சுருக்கீங்க. உங்கப் புகழுக்கும் அழகுக்கும் ஏத்தவரே இல்ல இவரு.'

இதை விக்ரம் தர்மாவிடம் இருந்து சிலுக்கு சற்றும் எதிர்பார்க்கவில்லை. உடனே கோபமாகத் தன் பதிலைச் சொன்னார்.

'என் கண்ணுக்கு அவர் அழகாக இருக்கார். உனக்கென்ன?'

அந்த நபர் ‘டாக்டர்’ என்று கிசுகிசுக்கப்பட்ட ராதாகிருஷ்ணமூர்த்தி. சினிமாக்காரர்கள் மூலம் தாடிக்காரர் என்று பிரபலமானார்.

சிலுக்கு ஆட ஆரம்பித்தபோதே அவருக்கு டாக்டரின் அறிமுகம் இருந்தது. ஷூட்டிங்குகளுக்கு வந்து போவார். அபர்ணா வீட்டிலிருந்து சிலுக்கை வெளியே அழைத்து வந்தவர் டாக்டர் என்றும் தகவல்கள் உண்டு. தொடக்கத்தில் சிலுக்கின் கால்ஷீட்டைப் பார்ப்பவராக மருத்துவர் திரைக்களம் புகுந்தார்.

நாளடைவில் சிலுக்குக்கு சகலமும் டாக்டரே என்றாகிப் போனது. ஆனால் அவர் யார், சிலுக்குக்கும் அவருக்கும் என்ன தொடர்பு என்றெல்லாம் சினிமா உலகம் சிலாகித்துப் பேசிய போதும் அவர் வாயே திறக்கவில்லை.

சிலுக்கும் தாடிக்காரரும் திருமணம் செய்து கொள்ளாமலேயே கணவன் மனைவியாக வாழ்ந்து வந்ததாக யூகங்கள் எழுந்தன. காக்கி நாடா மருத்துவக்கல்லூரி மாணவர் அவர். டாக்டர் தொழிலில் இரண்டு ஆண்டுகள் மட்டுமே ஈடுபட்டார். மருந்து நெடியை விட மசாலா வாசனையில் அவருக்கு ஆர்வம் அதிகமிருந்தது. பாண்டிபஜார் பிருந்தாவனம் ஹோட்டலில் ரெஸ்டாரெண்ட் ஒன்றை எடுத்து நடத்தினார். பிறகு கப்பலில் பெயிண்டிங் கான்ட்ராக்ட்டில் ஈடுபட்டார்.

மருத்துவர் ஏற்கெனவே திருமணம் ஆனவர். மனைவி பெயர் பாண்டுரங்க பாய். அவருக்கு இரண்டு மகள்கள், ஒரு மகன் உண்டு. டாக்டருக்கும் சிலுக்குக்கும் பதினைந்து வருஷ வயது இடைவெளி. தன் தாயார் தன சூர்யாவதி மகன் ராமு ஆகியோரோடு சிலுக்கு வீட்டில் தங்கி இருந்தார். டாக்டர் சிலுக்கோடு வாழ்வது பிடிக்காமல், அவரது மனைவி விலகிப் போய் விட்டார் என்றும் தகவல்கள் உண்டு.

‘இந்த ஆளு என்ன அழகா இருக்காருன்னு இவரை உங்க கூட வெச்சுருக்கீங்க. உங்க புகழுக்கும் அழகுக்கும் ஏத்தவரே இல்ல இவரு.’

சாலிகிராமம் குமரன் காலனி, தனலட்சுமி தெருவில் சிலுக்கின் வாடகை பங்களா இருந்தது. அதற்கு சிலுக்கு கொடுத்த வாடகை மாதம் ஆறாயிரத்து ஐநூறு. கிட்டத்தட்ட பதினைந்து ஆண்டுகள் ஒரே வீட்டில் சிலுக்கும் டாக்டரும் வாழ்ந்தார்கள்.

சிலுக்கு ஆடி சம்பாதித்த காசு, பணமெல்லாம் டாக்டருக்கே போனது. ஸ்டெதஸ்கோப்பின் முழு கட்டுப்பாட்டில் சிலுக்கு வாழவேண்டி வந்தது.

விசாகபட்டினத்தில் டாக்டரின் மனைவிக்குத் தனியாக பெரிய கிளினிக், மகனுக்கு சென்னையில் டிராவல்ஸ் கம்பெனி, பல கார்கள், பதினைந்து ஏக்கர் நிலம், இருபது லட்சம் செலவில் மகள் சுதாவுக்குத் திருமணம் என்று சிலுக்கின் சம்பாத்தியத்தை அவரது குடும்பத்தினர் அனுபவித்துக் கொண்டிருந்தனர்.

போதாக்குறைக்கு மருத்துவருக்கு குதிரை ரேஸிலும் ஆர்வம் இருந்தது.

'ஆமாம். அவளுடைய வருமானத்தை நான் வித்தியாசம் பார்க்காமல் செலவு செய்து வந்தேன். ரேஸுக்கும் போய் வந்தேன்' என்று தாடிக்காரர் வெளிப்படையாகவே சொன்னார். சிலுக்கின் சொத்து எதுவும் அவர் பெயரில் இல்லை. எல்லாமே டாக்டர் மற்றும் பினாமிகளிடம் இருந்தன.

சிலுக்கு, ஏற்கெனவே திருமணமானவர் என்பதை திரையுலகத்துக்குக் கூறவேயில்லை. அது மட்டுமல்ல; சினிமா சார்ந்த சகலரும் அன்னபூரணியையே சிலுக்கின் தாயாராகக் கருதினார்கள்.

தனது நிஜமான அம்மா நரசம்மாவுக்கு சிலுக்கு மாதாமாதம் ஆயிரம் ரூபாய் மட்டுமே கொடுத்தார். தம்பி நாகு என்கிற நாகேந்திர பாபுவைப் படிக்க வைத்தார். ஆனால் அவர்களைத் தன்னோடு தங்க வைக்காமல், விருந்தினர்களாகவே நடத்தி வந்தார்.

ஒரு கட்டத்தில் டாக்டருக்கும் அன்னபூரணிக்கும் ஒத்துப் போகவில்லை. அன்னபூரணிக்கு வேண்டியதைக் கொடுத்து சீக்கிரம் செட்டில் செய்து விட்டார் தாடி.

கிடைத்தப் பணத்தைக் கொண்டு, சிலுக்கு வசித்த வீதிக்கு, சில தெருக்கள் தள்ளி வீடு வாங்கி குடியேறினார் அன்னபூரணி. அவர், சிலுக்கை விட்டு முற்றிலும் விலகாமல் அவ்வப்போது சந்தித்தபடி இருந்தார்.

சிலுக்கு, 'பாபு' என்று டாக்டரைச் செல்லமாக அழைப்பார். தாடி குஷியாக இருக்கும்போது, 'புஜ்ஜி', 'லட்சுமி' என்று சிலுக்கைக் கூப்பிடுவார். எந்தக் காரணத்தைக் கொண்டும் சிலுக்கு அவரிடமிருந்து விலக நினைக்கவில்லை.

ஆனால் ஒரு கட்டத்துக்குப் பின்னர் சிலுக்குக்கு வெறுப்பு வரத் தொடங்கியது. தாலி கட்டிக் கொள்ளாமல்,

அங்கீகாரமில்லாத உறவு. ஆசையாகக் குழந்தை கூட பெற்றுக் கொள்ள முடியவில்லை. டாக்டரால் பெற்ற நன்மைகள் எதுவுமேயில்லை என்று சிலுக்குக்குப் புரியத் தொடங்கியது.

தன் வயதுக்கு ஏற்ற துணை வாய்த்துவிட்டால் மீண்டும் வசந்தம் வந்துவிடாதா என்று தோன்றியது. மற்ற கவர்ச்சி நடிகைகள் சொந்த வீடும் கணவனும் குழந்தைகளுமாக மகிழ்ச்சியாக வாழ்கிறபோது நான் மட்டும் செய்த பாவம் என்ன? எனக்கும் அப்படி ஒரு விடியல் பிறக்காதா?

இம்மாதிரியான ஏக்கங்கள் மனத்தில் ஆகாயமாக அழுத்தத் தொடங்கின.

சிலுக்குக்காக எத்தனையோ செல்வ சீமான்கள் வருடக்கணக்கில் தவமிருந்தார்கள். தன்னோடு வரமாட்டாரா என்று தவித்த பண முதலைகளுக்குக் கணக்கே இல்லை.

ஆனால் சிங்கப் பெண்ணான சிலுக்கு சந்தேகமில்லாமல், எவரும் எளிதில் அண்ட முடியாத சூரிய நெருப்பாக இருந்தார். ஒருவரைக்கூட அவர் நெருங்க விட்டதில்லை. யாரிடமும் தனக்கு வாய்ப்புக் கொடுக்கும்படி கேட்டதும் கிடையாது.

சொந்தப் படங்கள் எடுத்ததால் ஏகப்பட்ட கடன், இனியும் தொடர்ந்து நடித்தால் மட்டுமே சாப்பாடு என்ற அவல நிலை. அப்போதுகூட, முன்னிலும் கடுமையாக பாடுபட்டு உழைத்தார். கடன்களை அடைத்து மிக தைரியமாக இழந்ததை மீட்டுக் கொண்டார். மார்க்கெட் பறி போன போதும் வெளிநாட்டுக் கலை விழாக்களில் ஆடுவதற்கு, தன் சம்பளம் மூன்று லட்சம் என்று விடாப்பிடியாகவே விலை கூறினார்.

சிலுக்கு நினைத்திருந்தால் தனக்காகக் காத்திருந்த ஏராளமான

சிலுக்குடன் பெரும்பாலும் ஷூட்டிங்குகளுக்கு டாக்டர் உடன் சென்றார். அவரால் முடியாத போது, மூத்த தாரத்து மகன் ராமு போய் வந்தார்.

வி.ஐ.பி.க்களில் ஒருவரைத் தேர்ந்தெடுத்து, தனக்கென்று ஒரு கைலாசா வைத் தேடியிருக்கலாம்.

கல்யாணம் முடித்துக் குழந்தை பெற்றுக் கொண்டு குடும்பக் குத்துவிளக்காக வாழ்ந்திருக்கலாம். ஆனால் அவர் கனவிலும் மருத்துவருக்குத் துரோகம் நினைக்கவேயில்லை.

தாடியுடனான காதல் மட்டுமே சிலுக்குக்கு முக்கியமாகத் தெரிந்தது. அந்தக் காதல், தன்னைக் கரை சேர்த்து விடாதா என்கிற நட்பாசையில் நாள்களைக் கடத்திக் கொண்டிருந்தார்.

எப்படி, எங்கே பிறந்த காதல் அது? பாறையில் பூத்தக் கொடியாக அது எப்படி அத்தனை உறுதியாகிப் படர்ந்து பரவி நின்றது?

யாருக்கும் தெரியாது. சிலுக்கோ, தாடிக்காரரோ விவரித்ததில்லை. இறுதிவரை. அவர்கள் இணைந்தே இருந்தார்கள் என்பது மட்டும் இமாலய நிஜம்!

ஆனால் காதல் தோன்றிய கதை என்று எதுவும் வெளியாகவில்லை. சிலுக்குடன் பெரும்பாலும் ஷூட்டிங்களுக்கு டாக்டர் உடன் சென்றார். அவரால் முடியாத போது, மூத்த தாரத்து மகன் ராமு போய் வந்தார்.

'திரும்பிப் பார்' என்ற படத்தின் வெளிப்புறப் படப்பிடிப்பு மைசூரில் நடைபெற்றது. அப்போது சிலுக்கோடு சென்றார் ராமு. சினிமாக்காரர்கள் மத்தியில் இந்த விஷயம் சலசலப்பை உண்டாக்கியது. ஆனால் சிலுக்குடன் தன் மகன் பற்றிய கிசுகிசுக்கள் வந்துவிடக்கூடாது என்பதில் மருத்துவர் உஷாராகவே இருந்தார்.

சிலுக்குக்கு மார்க்கெட் இல்லாத நேரம். அவரைத் தனது டிவி சீரியலில் நடிக்க வைக்க எண்ணினார் குட்டி பத்மினி. அதற்காக சிலுக்கு வீட்டுக்கே நேரில் போய் நடிக்க அழைப்பு விடுத்தார். அப்போது சிலுக்கு சொன்ன பதில்,

'டாக்டர் மகனுக்கு உங்க சீரியலில் நடிக்க வாய்ப்பு கொடுத்தால் நான் நடிக்கிறேன்!'

'ஏசி கார்ல போறேன்.
ஏசிலயே வாழறேன்.
ஆனா மனசுக்குள்ள
மாறாத புழுக்கம்.
எப்பவும் என் நெஞ்சுக்குள்ள
நெருப்பு எரிஞ்சுகிட்டே இருக்கு.
எனக்குக் கவர்ச்சி உடை
மாட்டி விடற கனவோட
எல்லோரும் இருக்காங்க.
ஆனா தாலி கட்ட
யாரும் தயார் இல்லை'

தாலி
கட்டத்தான் யாரும்..

புலியூர் சரோஜாவின் ஒரே மகன் மிக இளம்வயதில் சாலை விபத்தில் அகால மரணம் அடைந்தார். புலியூர் சரோஜா துடிதுடித்துப் போனார். வாழ்க்கையையே வெறுத்துவிட்டார். சினிமா நடனத்துக்கு முழுக்கு போட முனைந்து நின்றார். அப்போது அவருக்கு ஆறுதல் சொல்லி மீண்டும் பழைய நிலைமைக்குக் கொண்டு வந்தவர் சிலுக்கு.

'அக்கா யாரு எப்ப சாவாங்கன்னு யாருக்குத் தெரியும்? நீங்க மட்டும் இருக்கப் போறீங்களா? நான் மட்டும் இருக்கப் போறேனா?'

அப்போது சிலுக்கின் வார்த்தைகளின் தெளிவு இருந்தது. ஆனால் நாளடைவில் சிலுக்கின் மனத்தில் இருந்த விரக்தியை அவரது வார்த்தைகளில் உணர முடிந்தது.

ஒளிப்பதிவாளர் அசோக்குமாருடன் சிலுக்குக்கு நல்ல நட்பு இருந்தது. அடிக்கடி அவருக்கு போன்

செய்வார். அப்போது சிலமுறை மிகவும் மனம் நொந்து பேசுவார். அழுவார்.

'நான் வாழவே விரும்பவில்லை. எனக்கு இந்த வாழ்க்கை பிடிக்கவில்லை'

அசோக்குமார் அவருக்கு நம்பிக்கை தருவார்.

'முட்டாள்தனமாக யோசிக்காதே! இப்படியெல்லாம் பேசாதே! நீ ஒரு சிறந்த நடிகை! உன்னை நீயே அழித்துக் கொள்ளும் உரிமையை உனக்குக் கொடுத்தது யார்?'

அசோக்குமாரின் வார்த்தைகள் சிலுக்குக்கு ஆறுதலாகவே இருந்தன.

பல சமயங்களில் சிலுக்குக்குத் தைரியம் கொடுத்தவர் வினு சக்கரவர்த்தி. அவர், மன அமைதிக்காகத் தியானம் செய்யச் சொல்லிக் கற்று தந்தார். பாண்டிச்சேரி அன்னையிடம் பற்று வைக்கச் சொன்னார். உன் பிரார்த்தனையை தூய அன்னை கிட்ட உரக்கச் சொல்லு என்றார். மணக்குள விநாயகரை மனமுருகிக் கும்பிட வைத்தார்.

அசோக்குமார்

'ஏசி கார்ல போறேன். ஏசிலயே வாழறேன். ஆனா மனசுக்குள்ள மாறாத புழுக்கம். எப்பவும் என் நெஞ்சுக்குள்ள நெருப்பு எரிஞ்சுகிட்டே இருக்கு. எனக்குக் கவர்ச்சி உடை மாட்டி விடற கனவோட எல்லோரும் இருக்காங்க. ஆனா தாலி கட்ட யாரும் தயார் இல்லை'

இப்படி வினு சக்கரவர்த்தியிடம், சில சந்தர்ப்பங்களில் சிலுக்கு இதயம் வெடிக்க அழுதிருக்கிறார். சிலுக்குப் புகழ் ஏணியில் ஏற வழி காட்டிய வினு சக்கரவர்த்தியால், அவரது அமைதியான வாழ்க்கைக்கு அஸ்திவாரம் போட முடியவில்லை.

கோபம் தலைக்கேறிய சமயங்களில், கையில் கிடைத்தது எதுவாக இருந்தாலும் தூக்கி அடிக்க ஆரம்பித்தார். அறிவுரை சொல்லவும் அருகில் யாரும் இல்லை. புத்திமதி சொன்னாலும் அவர் எடுத்துக் கொள்ளும் ஆளும் இல்லை.

விதியின் கைப்பொம்மை ஆனார் சிலுக்கு. நான் இருப்பதே வேஸ்ட் என்று சொல்ல ஆரம்பித்தவர், தாடியுடன் நேரிடுகிற தகராறுகளில் தூக்க மாத்திரைகளைப் போட்டுக்கொண்டு, கதவைத் தாழிட்டுக் கொள்ளத் தொடங்கினார்.

சிலுக்கின் தற்கொலை முயற்சிகள், டாக்டரைப் பாதித்தன. நிர்கதியானதொரு நிலையில் தாலிக்காகத் தவிக்கும் பெண்ணை ஸ்டெதஸ்கோப்பின் பிடிகள் மேலும் இறுக்கின. சிலுக்கை வீட்டுக் காவலில் கைதி போல் நடத்த ஆரம்பித்தார்.

ஏனோ சிலுக்கைப் பெற்ற தாயார் இறுதிவரை அவர் வாழ்வில் தலையிடவேயில்லை. தாடிக்காரரின் தவறுகளைத் தட்டிக் கேட்கவேயில்லை. இது பற்றிய உறுத்தல் இல்லாமல் இருந்திருக்காது. ஆனாலும் ஒரு தாயாக, தன் மகளுக்குப் பக்கபலமாக இருக்க முடியாமல் போனதன் காரணங்களை அவர் வெளியிட்டதில்லை.

உண்மையில் ஓர் அன்னை இருந்திருக்க வேண்டிய இடத்தில் சிலுக்கு டாக்டரை வைத்திருந்தார். தனக்குப் பாதுகாவலாக. பக்கபலமாக. ஆதரவாக. அரவணைப்பவராக. ஆனால் அவர் அதற்கு உரியவராக நடந்துகொள்ளவில்லை என்பதே துரதிருஷ்டம்.

'நான் வாழவே விருப்பவில்லை. எனக்கு இந்த வாழ்க்கை பிடிக்கவில்லை.'.

சிலுக்கிடம் மிக நீண்ட காலம் பணியாற்றிய நம்பிக்கையான மனிதர்கள் தாடிக்காரரின் தொந்தரவால் சிலுக்கை விட்டு விலக வேண்டியதாயிற்று. சிலுக்கால் அதைத் தடுக்க இயலவில்லை.

தனிமைப்படுத்தப்படுவதையும் அவரால் தாங்கிக் கொள்ளவே

முடியவில்லை. சிலுக்கு இயல்பிலேயே மிகவும் தனிமை விரும்பியாக இருந்ததும் டாக்டருக்குச் சாதகமாகப் போய்விட்டது.

இப்படிப்பட்ட மிகச் சிரமமான சூழலில் சிலுக்குக்கு ஆறுதலாக வந்தாள் உத்ரா. மூன்று வயதுக் குழந்தை. டாக்டரின் மகன் வயிற்றுப்பேத்தி.

குழந்தை உத்ரா மீது சிலுக்கு மிகவும் ஈடுபாடு காட்டினார். தானே பெற்ற குழந்தை போல, உத்ராவை நொடி நேரமும் கீழே விடாமல் கொஞ்சினார்.

குழந்தை உத்ராவும் சிலுக்கிடம் உற்சாகம் காட்டியது. உத்ராவின் தேவைகளைச் சிலுக்கே முன் நின்று கவனித்தார். தினமும் பருப்பு சாதம் பிசைந்து நெய் மணக்கக் குழந்தைக்கு ஊட்டுவது, குழந்தையை வெந்நீரில் குளிப்பாட்டுவது, சாம்பிராணி புகை போடுவது, அதன் கூடவே படுத்துக்கொள்வது என்று சிலுக்கு ஒரு தாயாகவே மாறியிருந்தார்.

சிலுக்கு, தன் கடைசி நாள்களிலும் நடிப்பதற்காக மட்டுமே கோலிவுட் பக்கம் வந்தார். ஓய்வாக இருந்தபோதும் வேறு எந்த விருது நிகழ்ச்சிகளிலோ, வெற்றி விழாக்களிலோ கலந்து கொள்ளவில்லை.

அநேக சினிமாக்காரர்கள் அவரைத் தொடர்பு கொள்ளவே இயலாதிருந்தது. காரணம் சிலுக்கு படி தாண்டாதிருக்க, ஸ்டெதஸ்கோப் கிழித்து வைத்திருந்த சூட்சம கோடுகள்.

ஏ.வி.எம்.மின் பொன்விழாவை யொட்டி 'என்றென்றும் ஏ.வி.எம்' என்கிற சினிமா எடுக்கப்பட இருந்தது. ஏ.வி.எம்மில் அறிமுகமான கலைஞர்கள், ஏ.வி.எம் மூலம் ஏற்றம் பெற்ற நட்சத்திரங்கள் பலர் அதில் தங்களின் அனுபவங்களைப் பகிர்ந்து கொண்டார்கள்.

எஸ்.பி. முத்துராமன்

எஸ்.பி. முத்துராமன் இயக்கினார்.

அதற்காக சிலுக்கின் வீட்டுக்குப் பலமுறை தொடர்பு கொண்டார்கள். சரியான விவரங்களோ, நடிப்பதற்கான ஒப்புதலோ அங்கிருந்து எஸ்.பி.முத்துராமன் யூனிட்டுக்குக் கிடைக்கவேயில்லை.

அந்த நேரத்தில் விஜயசேஷ மஹாலில், ஒரு விஐபி வீட்டுத் திருமணம். அங்கே சிலுக்கைத் தற்செயலாகச் சந்தித்தார் எஸ்.பி. முத்துராமன்.

'ஏவி.எம். பற்றி நீ சொல்ல மாட்டியா? அதற்குக் கால்ஷீட் கொடுக்க முடியாதா?' என்று பளிச்சென்று நேரடியாகவே கேட்டு விட்டார் எஸ்.பி. முத்துராமன்.

சிலுக்கு, தன் முகத்தில் அப்பட்டமாக வெளிப்பட்ட அதிர்ச்சியை மறைக்கவும் தோன்றாமல், 'சார், நீங்க எப்ப கான்டாக்ட் செஞ்சீங்க? எனக்குத் தெரியவே தெரியாதே. எங்கிட்டே யாரும் சொல்லவேயில்லையே சார்!' என்றார்.

சிலுக்கு பொய் பேசவில்லை என்பதைப் புரிந்து கொண்டார் எஸ்.பி. முத்துராமன். சிலுக்கைப் பற்றி பல வதந்திகள் பரவிய நேரம். அவற்றை குறித்து எதுவும் கேட்டு, அவரை

'சார், நீங்க எப்ப கான்டாக்ட் செஞ்சீங்க? எனக்குத் தெரியவே தெரியாதே. எங்கிட்டே யாரும் சொல்லவேயில்லையே சார்!'

தர்மசங்கடத்துக்கு ஆளாக்க விரும்பாதவர் எஸ்.பி. முத்துராமன். என்ன பேசுவதென்று புரியாமல் நின்றார்.

சிலுக்கின் அவஸ்தை அவருக்குப் புரிந்தது. தன் கஷ்டங்களை எல்லோரிடமும் சொல்லி டாக்டரைத் தூற்றாத நல்ல மனுஷி என்று பட்டது.

சிலுக்கு உடனே சுதாரித்துக் கொண்டார். 'அடுத்த வாரம் ஷூட்டிங் ஃபிக்ஸ் பண்ணுங்க சார். புலியூர் சரோஜா அக்காவையும் அன்னிக்கு எங்கூட அவசியம் இருக்கச் சொல்லுங்க. ஃபுல் டே நம்ம யூனிட்ல நாம எல்லோரும் சந்தோஷமா இருப்போம்!'

எஸ்.பி. முத்துராமனுக்கு சந்தோஷம். 'கண்டிப்பாக ஏற்பாடு செய்கிறேன்' என்று சொல்லிவிட்டுப் போனார்.

அந்த ஷூட்டிங் நடைபெற வாய்ப்பில்லாமல் போனது.

காதலில் தோல்வி அடைந்தவர்களும் ஒருவிதத்தில் விதவைகள் தான்! நான் ஏற்றுக் கொள்வேன். தூக்க மாத்திரையோ அல்லது தூக்குக் கயிறோ நீ நாடும் கடைசி உதவி என்றால், அதற்கு முன்னால் என்னையும் ஒன்றாக சேர்த்துக்கொள்!

21

பட்டியல்

'என்னை உன் திருமணத்துக்கு அழைப்பாயா?'

'உங்களைத் திருமணத்துக்கு அழைக்கும் வாய்ப்பு இல்லை. ஆனால் என்னுடைய மரணத்துக்கு அழைக்காமலேயே வந்துவிடுங்கள்.'

'ஏன் இவ்வளவு விரக்தி நிலையில் பேசுகிறாய்? வாழ்வதற்கு ஒரு வழியைத் தேடிக்கொள்!'

'அது இந்த ஜென்மத்தில் இல்லை. ஏற்கனவே வேறொருவரைக் காதலித்தவர் என்று பத்திரிகைகளில் பகல் வெளிச்சம் ஆக்கப்பட்டேன்.'

'விதவைக்கே வாழ்க்கை தருவேன். புரியவில்லையா?'

'விதவைக்கு மட்டும் தருவீர்களா? காதலில் தோல்வி அடைந்தவளுக்கும் தருவீர்களா?'

'காதலில் தோல்வி அடைந்தவர்களும் ஒருவிதத்தில் விதவைகள் தான்! நான் ஏற்றுக் கொள்வேன். தூக்க மாத்திரையோ அல்லது தூக்குக்

கயிறோ நீ நாடும் கடைசி உதவி என்றால், அதற்கு முன்னால் என்னையும் ஒன்றாக சேர்த்துக்கொள்! என்னால் உனக்கு ஏதும் செய்ய முடியவில்லை என்றால் அவற்றின் உதவியை நாடு!'

இந்த உரையாடல் எந்த சினிமாவிலும் வந்ததில்லை. நிஜத்தில் காதலில் தோல்வி அடைந்து, அதன் அவமானம் தாங்காமல் தற்கொலை செய்து கொள்கிற முடிவுக்குத் தள்ளப்பட்ட இளம் நடிகை உஷாவுக்கும், அவருக்கு உதவிய இளம் டைரக்டர் டி. ராஜேந்தருக்கும் இடையே நடந்த உரையாடல்.

காதல் தோல்வியால், தற்கொலை எண்ணத்தில் இருந்தார் உஷா. அவரைக் காப்பாற்ற டி. ராஜேந்தர் செய்தது மிகச் சிறிய, ஆனால் வெகு சாமர்த்தியமான சந்தோஷ சங்கதி.

தனது அடுத்த படத்துக்கு ஒரு டைட்டில் வைத்தார் அவ்வளவே!

டி. ராஜேந்தர், உஷா

'உயிருள்ளவரை உஷா!'

ஒரே ஓர் உஷா ராஜேந்தரால் மீட்கப்பட்டார். காப்பாற்றப்படாமல் உதறி எறியப்பட்ட உதிரிப் பூக்களுக்குக் கணக்கே இல்லை.

தன் தாயார் உள்பட எத்தனையோ பேரின் பிடியிலும் சிக்கிச் சீரழிந்தார் விஜயஸ்ரீ.

விஜயஸ்ரீயை இன்றைக்கு எத்தனைப் பேருக்கு ஞாபகம் இருக்கப் போகிறது. அவரும் வசீகரமான கேரளத்து அழகி! கே.ஆர்.விஜயாவைக் கற்பகம் படம் மூலம் ஒரே இரவில் உச்சிக்குக் கொண்டு சென்றவர் இயக்குநர் திலகம் கே.எஸ். கோபால கிருஷ்ணன்.

அவரது 'சித்தி' சினிமாவில் தமிழில் அறிமுகமானார் விஜயஸ்ரீ. எம்.ஜி.ஆரோடு தேடி வந்த மாப்பிள்ளையில்

விஜயஸ்ரீக்கு ஒரு டூயட். சொர்க்கத்தைத் தேடுவோம் பாடல். அதில் தபலா மாமா, டோலக்கு சாச்சா என்கிற வார்த்தைகள் ரிபீட் ஆகிப் பட்டி தொட்டிகளிலும் பரவலாகப் பேசப்பட்டார் விஜயஸ்ரீ.

அடுத்து சிவாஜியோடு பாபு படத்தில் வரதப்பா வரதப்பா கஞ்சி வரதப்பா பாடல் காட்சியில் இடம் பெற்று, சில நிமிஷங்களில் உயிரை விடும் காதலி வேடம்,

ஜெமினி கணேசனோடு யானை வளர்த்த வானம்பாடியின் மகன், மலை நாட்டு மங்கை என சில படங்கள், 1967 தீபாவளிக்கு வெளியாகி, 25 வாரங்கள் ஓடி வெள்ளிவிழா கொண்டாடியது 'நான்' வண்ணப்படம். அதில் ரவிச்சந்திரனின் தங்கையாக, முத்துராமனின் ஜோடியாக நடித்திருக்கிறார் விஜயஸ்ரீ. மற்றபடி தமிழில் அதே கண்கள், தெய்வமகன் உள்ளிட்ட பிரபல சினிமாக்களில் கதாநாயகியின் தோழி வேடம் என்று விஜயஸ்ரீ நடித்து வந்தார்.

விஜயஸ்ரீ

தாலாட்டு என்கிற படத்தில் விஜயஸ்ரீ கதாநாயகி. கதாநாயகன் ராஜபாண்டியன். அவர் சிவாஜி நாடக மன்ற நடிகர்.

சினிமா நடிகர் நடிகைகளின் தற்கொலைப் பட்டியலுக்குப் பிள்ளையார் சுழி போட்டது இந்தத் திரைப்பட ஜோடி.

சிவாஜி நாடக மன்றத்தின் பிரபல நாடகங்கள் படமானபோது ராஜபாண்டியனுக்கு, அவர் ஏற்று நடித்த நாடக வேடத்தில் சினிமாவிலும் நடிக்க வாய்ப்பு கிடைக்கவேயில்லை. கோலிவுட்டில் போதிய சந்தர்ப்பங்கள் இல்லாத விரக்தியில் ராஜபாண்டியன் தற்கொலை செய்து கொண்டார்.

மலையாளத் திரை உலகில் பிரபல பட அதிபர், நம்பர் ஒன் ஹீரோ, முன்னணி டைரக்டர் மூவரும் விஜயஸ்ரீ வளைக்க முயற்சி செய்துகொண்டே இருந்தார்கள்.

விஜயஸ்ரீக்கும் வலிக்க ஆரம்பித்தது. சினிமாவில் தனக்காக ஒரு காலம். அதில் நானே ராஜகுமாரி என்று சுகமாக சொப்பனம் கண்டார். எல்லாமே வெறும் பகல் கனவுகள். ஒரு நாளும் பலிக்கப் போவதில்லை என்று புரியத் தொடங்கியது.

1974 மார்ச் 17 ஞாயிற்றுக்கிழமை, விஜயஸ்ரீ, என்கிற சொப்பன சுந்தரி தற்கொலை செய்து கொண்டார். தென் இந்தியாவையே கலக்கியது விஜயஸ்ரீயின் தற்கொலை. அப்போதும் காதலில் தோல்வி என்றே காரணம் சொன்னார்கள். நிஜத்தில் நடந்தது என்ன?

பாரதம் முழுவதும் இன்று அநேக நட்சத்திரங்களால் அடிக்கடி விவாதிக்கப்படுகிறது 'மீட்டூ' என்கிற சாக்கடை சங்கதி. அதற்கு முதல் கள பலி விஜயஸ்ரீ!

சினிமாவில் தனக்காக ஒரு காலம். அதில் நானே ராஜகுமாரி என்று சுகமாக சொப்பனம் கண்டார். எல்லாமே வெறும் பகல் கனவுகள்.

சிலுக்கு ❖ 173

'ஊர்வசி' ஷோபாவை அத்தனைச் சீக்கிரத்தில் யாரும் மறந்துவிட முடியாது. கவர்ச்சியான தோற்றமும் நடனத் தேர்ச்சியும் இல்லாமல் கூட ஒருவர் முன்னணி நடிகையாக உயர முடியும், நடிப்பாற்றலுக்காக ஜனாதிபதியிடம் இருந்து

'ஊர்வசி' ஷோபா

தேசிய விருதும் பெற இயலும் என்று தமிழ் சினிமாவில் முதலும் கடைசியுமாக நிரூபித்த ஒரே நடிகை.

1980 மே முதல் தேதி. 'பசி' படத்தின் நூற்றி ஐம்பதாவது நாள் விழா. அதில் கலந்து கொள்வதற்காக, புதிய மஞ்சள் நிறப் பட்டுசேலை வாங்கி வைத்திருந்தார்.

ஆனால் அந்த நிகழ்வில் ஷோபா பங்கு கொள்ளவே இல்லை. அது நடக்கவில்லை. அன்றைய விழா, மாலையில் ஆரம்பமாவதற்குள் ஷோபா தற்கொலை செய்துகொண்டு விட்டார்.

பாலு மகேந்திராவுக்கு ஷோபாவின் வளர்ச்சியில் அசாத்தியப் பங்கு உண்டு. அவரைத் தனது அங்கிள் என்றே அனைவருக்கும் அறிமுகப்படுத்தினார் ஷோபா. ஏற்கனவே பாலுமகேந்திரா திருமணமானவர். அவரும் ஷோபாவை ஒரு குழந்தையாகவே பாவிப்பதாகச் சொன்னார்.

பாலு மகேந்திரா பணியாற்றிய முள்ளும் மலரும், அழியாத கோலங்கள், கோகிலா (கன்னடம்) போன்றவை ஷோபாவை பிரபலப்படுத்தின. ஜனவரி 22, 1980 - ல் ஷோபாவும் பாலு மகேந்திராவும் திருமணம் செய்து கொண்டார்கள்.

மிகச் சரியாக அந்த கோலிவுட் காதலர்கள் வாழ்வும் சினிமா போலவே வெற்றிகரமாக நூறு நாள்கள் ஓடியது.

மணமான நூறாவது நாளில் 1980 மே முதல் தேதி ஷோபா தற்கொலை செய்து கொண்டார்.

காரணம் என்ன?

தன் முதல் மனைவி வீட்டுக்கும் பாலுமகேந்திரா போய் வந்துகொண்டு இருந்தார்.

படாபட்டின் காதல் தெரிய வந்தபோது அவரது அப்பாவுக்குத் தலை சுற்றத் தொடங்கியது. தமிழக முதல்வரின் அண்ணன் மகனுக்கும் தன் மகளுக்கும் காதல் என்பதை ஜீரணிக்கவே முடியவில்லை.

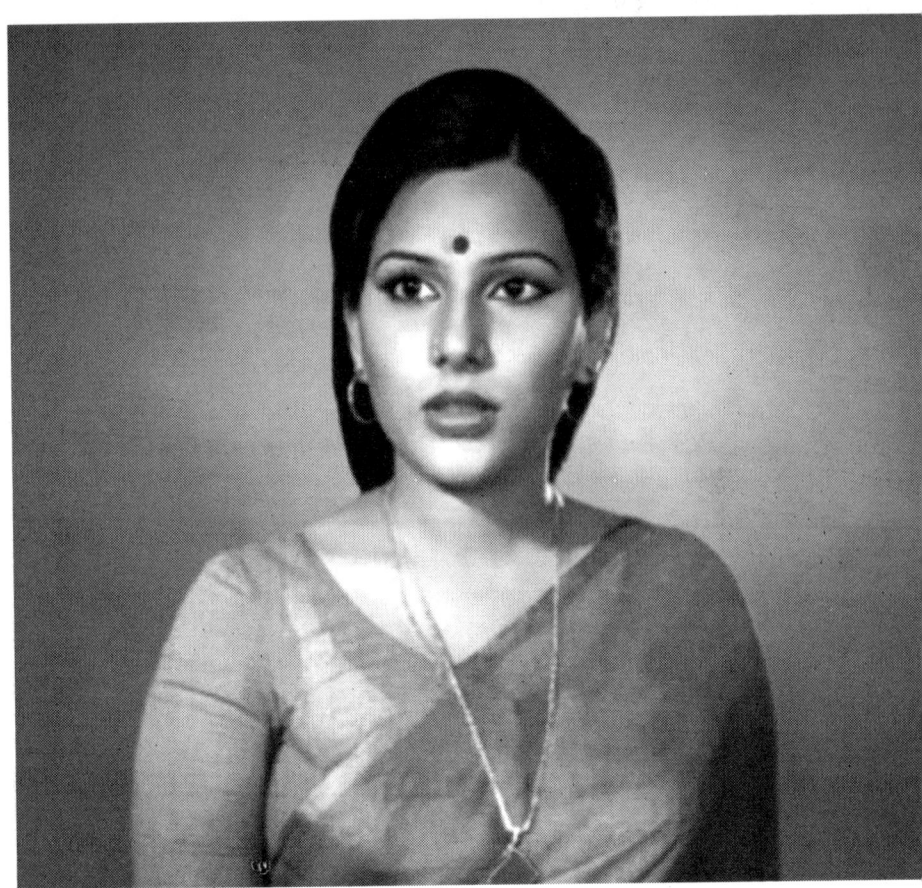

படாபட் ஜெயலட்சுமி

ஷோபாவுக்கு அது பிடிக்கவில்லை. வாழ்வையே முடித்துக் கொண்டார்.

ஐம்பது படங்களோடும் இருபத்தி ஐந்து வயதோடும் 1982 ஜூன் 20ம் தேதி படாபட் ஜெயலட்சுமி இறந்து போனார்.

எம்.ஜி.ஆரின் அண்ணன் எம்.ஜி.சக்ரபாணி. அவரது இளைய மகன் எம்.ஜி.சி.சுகுமார். அவருக்கும் படாபட்டுக்குமானக் காதல் பூகம்பத்தை மிஞ்சியது.

எம்.ஜி.சி. சுகுமார், டைரக்டரும் எம்.ஜி.சக்கரபாணியின் சம்பந்தியுமான கே. சங்கரின் டைரக்ஷனில் 'ஒரு குங்குமம் கதை சொல்கிறது' என்ற படத்தில் கதாநாயகனாக நடித்தார்.

கதாநாயகி படாபட் ஜெயலட்சுமி. இருவரும் திரைக்காக மட்டுமல்லாமல் நிஜமாகவும் காதலிக்கத் தொடங்கினார்கள்.

அவள் ஒரு தொடர்கதை மூலம் தமிழில் அறிமுகமானவர் ஜெயலட்சுமி. மரபுகளை துச்சமாக மதிக்கும் சந்திரா என்கிற கதாபாத்திரம். எதற்கெடுத்தாலும் படாபட் என்பார். கே.பாலசந்தரின் மோதிரக்கையால் குட்டுப்பட்டு படாபட் ஜெயலட்சுமி என்று புகழ் பெற்றார்.

பஞ்சு அருணாசலத்தின் கைவண்ணத்தில் உருவான வெற்றிச்சித்திரங்களில் தொடர்ந்து நடித்து கவனம் ஈர்த்தார் படாபட்.

முள்ளும் மலரும், ஆறிலிருந்து அறுபது வரை படங்களுக்குப் பிறகு படாபட், முன்னணிக் கதாநாயகியாக நிலைத்து நின்றார்.

படாபட்டின் காதல் தெரிய வந்தபோது அவரது அப்பா தசரதராம ரெட்டிக்குத் தலை சுற்றத் தொடங்கியது. தமிழக முதல்வரின் அண்ணன் மகனுக்கும் தன் மகளுக்கும் காதல் என்பதை அந்த சராசரித் தந்தையால் ஜீரணிக்கவே முடியவில்லை.

'எப்ப எனக்குக் கல்யாணம்'னாலும் உங்களுக்குத்தான் முதல் இன்விடேஷன்' என்று சகலரிடமும் சொல்லிக் கொண்டிருந்தார் படாபட். சுகுமார் தன்னை நிச்சயமாகக் கல்யாணம் செய்துகொள்வார் என்று பரிபூரணமாக நம்பினார். நம்பிக்கை பொய்த்தது.

தூக்க மாத்திரைகளைத் தண்ணீரில் கரைத்துக் குடித்துவிட்டு, நிரந்தரமாகத் தூங்கிவிட்டார் படாபட்.

அடுக்கிக் காணாது. அச்சச்சோ சித்ரா, ராணி பத்மினி, லட்சுமிஸ்ரீ விஜி, திவ்யபாரதி, மோனல்,

ஸ்ரீப்ரியா, ஜெயசித்ரா, ஸ்ரீவித்யா, ஆர்த்தி அகர்வால் - இப்படி ஏதோ காரணத்துக்காகத் தற்கொலை முயற்சி மட்டும் செய்த நடிகைகளின் பட்டியல் இன்னமும் நீளும்.

சிலுக்கு ❖ 177

ஸ்ரீவித்யா

பிரதியுஷா - என்று ஏதோ ஒரு காரணத்தால் தற்கொலை செய்து கொண்ட நடிகைகளை தனிப் பட்டியலே இடலாம்.

ஸ்ரீப்ரியா, ஜெயசித்ரா, ஸ்ரீவித்யா, ஆர்த்தி அகர்வால் - இப்படி ஏதோ காரணத்துக்காகத் தற்கொலை முயற்சி மட்டும் செய்த நடிகைகளின் பட்டியல் இன்னமும் நீளும்.

இந்தப் பட்டியலில் சிலுக்கும் இடம்பெற்றது துரதிருஷ்டம்.

22

இராயப்பேட்டை ஆஸ்பத்திரியில் சிலுக்கின் உடல் இருக்கிறதென்ற செய்தியறிந்து ஏராளமான ரசிகர்கள் அங்கு குவியத் தொடங்கினர். ரசிகர்களுடன் டாக்டர்களும் நர்சுகளும் கூட முண்டியடித்தார்கள்.

எமனுக்குக் கால்ஷீட்

அன்று ஞாயிற்றுக்கிழமை.

நரசம்மா சிலுக்குடன் இருந்தார். அன்றைய இரவு உணவை சிலுக்கே சமைத்தார்.

சமைத்ததோடு மட்டுமன்றி எல்லோரையும் உட்கார வைத்துப் பரிமாறினார்.

ஆறு வகைக் கூட்டு, பொரியல். முட்டைக் குழம்பு.

தன் மகள் கையால் சமைத்த உணவை நரசம்மா மிகவும் விரும்பிச் சாப்பிட்டார். தன் டச்சப் பாய் ராமகிருஷ்ணா உள்பட வீட்டு வேலைக்காரர்கள் அனைவருமே சிலுக்கின் கைமணத்தில் வயிராற உண்டனர்.

சிலுக்கிடம் விடைபெற்றுக் கொண்டு நரசம்மா தன் ஊருக்குக் கிளம்பினார்.

வழக்கமாக சிலுக்கு இரவு பதினொரு மணிக்கு மேல் தூங்குவார். அதற்கு

முன் சாத்துக்குடி சாறு குடிப்பார். அன்றும் சாத்துக்குடி சாறு குடித்துவிட்டு ஒன்பது மணிக்கெல்லாம் படுக்கப் போனார்.

'நாளைக்குக் காலையில ஒன்பதரை மணிக்கு எழுப்பு' என்று தன் டச் அப் பையன் ராமகிருஷ்ணாவிடம் சொல்லிவிட்டு, வழக்கமாகப் படுக்கும் அறையை விடவும் சிறிய அறையில் படுத்துக் கொண்டார். குழந்தை உத்ராவையும் தன்னோடு படுக்க வைத்துக் கொண்டார்.

எப்போதும் கருப்பு நிற ஆடைகளை விரும்பி அணியும் சிலுக்கு அன்று கருப்பு நிற பனியனும் கால் சட்டையும் அணிந்து இருந்தார்.

சிலுக்கு படுத்திருந்த அறையும் டாக்டர் படுத்திருந்த அறையும் மாடியில் அடுத்து அடுத்து இருந்தன.

செப்டம்பர் 22, திங்கள்கிழமை.

காலை எட்டு மணி இருக்கும். குழந்தை உத்ராவின் அலறல் சத்தமும் அழுகுரலும் கேட்டே வீடு பரபரப்பானது.

கீழே தனது அறையில் படுத்திருந்த டாக்டரின் மகன் ராமுவும் டாக்டரும் சிலுக்கு படுத்திருந்த அறைக்கு ஓடினார்கள். தட்டினார்கள். கத்தினார்கள். கதவு திறக்கப்படவில்லை. பலமாக மோதிப்பார்த்தார்கள். கதவு திறக்கவில்லை.

அந்த அறையில் இரு பக்கங்களிலும் கதவு உட்புறமாகத் தாழிடப்பட்டே இருந்தது. வீட்டின் பின்பக்கமாகச் சென்று, ஏணி வழியாக ஏறி, சிலுக்கு அறையின் ஜன்னலில் எட்டிப் பார்த்த போதே நடந்திருந்த விபரீதம் அவர்களுக்கு உறைத்தது.

டாக்டர், அவரது மகன், மருமகன் மூவருமாக சிலுக்கின் அறைக்கதவை கடப்பாறை மூலம் நெம்பி உடைத்து திறந்தார்கள். போலீஸூக்கு போன் மூலம் தகவல் போனது. போலீஸ் வருவதற்குள் சிலுக்கின் பிணம் தூக்கிலிருந்து அகற்றப்பட்டது.

டாக்டர் சிலுக்கின் நாடியைப் பார்த்தார். முதலுதவி செய்தார். சிலுக்கின் உடல் குளிர்ந்து விறைத்துப்போய்

‘நீ நடிக்கறதுக்கு முன்னாடியே
துட்டை வாங்கிடுறியே!
நாங்க வேலை செஞ்சுட்டுதானே
காசு கேட்கிறோம்’னு
கடன்காரங்களெல்லாம்
போன்ல பாப்பாவை
அசிங்கமாப் பேசினாங்களாம்.

இருந்தது. வடபழனி விஜயா ஆஸ்பிடலுக்கு அவரே ஃபோன் செய்து ஆம்புலன்ஸைத் தருவித்தார்.

விஜயா ஆஸ்பிடல் டாக்டர்கள் சிலுக்கைப் பரிசோதித்தார்கள். இறந்து நீண்ட நேரமாகி விட்டதாகக் கூறினார்கள்.

சிலுக்கு தூக்குப் போட்டுக் கொண்டதால் அவர் கழுத்தில் நைலான் சேலை இறுகி காயமும் தழும்பும் காணப்பட்டது. வாயில் பல் இறுகப்பட்டிருந்தது.

இன்ஷூர் செய்ய வேண்டும் என சிலுக்கு விரும்பிய கண்கள் திறந்தே இருந்தன.

விஜயா ஹாஸ்பிடல் பிணவறைக்கு சிலுக்கின் உடல் அனுப்பப்பட்டது.

கிண்டி போலீஸ் துணை கமிஷனர் சூரியபிரகாஷ் உத்தரவின் பேரில் தி.நகர் உதவி கமிஷனர் சந்திரசேகரன் தலைமையில் விருகம்பாக்கம் போலீஸ் இன்ஸ்பெக்டர் நடராஜன் விசாரணையை மேற்கொண்டார்.

சிலுக்கின் உடல் பிரேத பரிசோதனைக்காக ராயப்பேட்டை ஆஸ்பத்திரிக்கு எடுத்து செல்லப்பட்டது. அதற்குள் சன் டீவியில் ஃப்ளாஷ் நியூஸ் ஓட ஆரம்பித்தது.

‘நடிகை சிலுக்கு ஸ்மிதா தற்கொலை செய்து கொண்டார்.’

சிலுக்கின் மரணம் குறித்து அவர் தாயாருக்குத் தந்தி அனுப்பப்பட்டது.

ராயப்பேட்டை ஆஸ்பத்திரியில் சிலுக்கின் உடல் இருக்கிறதென்ற செய்தியறிந்து ஏராளமான ரசிகர்கள் அங்கு குவியத் தொடங்கினர். போலீஸாரும் குவிக்கப்பட்டனர்.

சிலுக்கின் உடலைப் பார்க்க ரசிகர்களுடன் டாக்டர்களும் நர்சுகளும் கூட முண்டியடித்தார்கள்.

ஆனால் போலீஸார் அனுமதிக்கவில்லை.

சிலுக்கின் உடலைப் பிரேதப் பரிசோதனை செய்யவும் டாக்டர்கள் போட்டி போட்டார்கள் என்றொரு செய்தியும் உண்டு.

●

சில வருடங்களாகவே சிலுக்கின் தற்கொலை முயற்சிகள் தொடரவே செய்திருக்கின்றன என்ற செய்திகள் நரசம்மாவின் வார்த்தைகளால் உறுதியாயின.

சிலுக்கு சினிமாவில் நடிப்பதே நரசம்மாவுக்குப் பிடிக்கவில்லை. தன் தாயார் தன்னோடு வந்து இருக்க வேண்டும் என்று சிலுக்கு மனதார விரும்பினார். அதுவும் அவரது கடைசி நாள்களில் ஏற்பட்ட எண்ணம்.

'என்னோட வந்து இருன்னு பல முறை சொன்னா. கேடு கெட்ட பொழைப்பு நடத்தறே. வரமாட்டேன்னு சொன்னேன். - நரசம்மா.'

'நாலு வருஷம் முன்னாடி, அபர்ணா வீட்டுல நான் தங்கி இருந்தப்ப, அந்தப் பொண்ணு சொல்லுச்சு.

'பத்து நாளா பாப்பா சாப்புடலையாம். செத்துப் போற மாதிரி இருக்குன்னு! பதறியடிச்சிக்கிட்டு ஓடினேன். பாப்பா என்னைப் பார்த்து ஒன்னு அழுதுச்சு. தாடிக்காரன் ஒரு மாசமா ஹைதராபாத் போயிட்டான். வரல!

தெலுங்கு படமெடுத்து, கடனாகி, டெக்னீஷியன்களுக்கு எல்லாம் நிறைய பாக்கி. படம் ரிலீஸ் பண்ண முடியல.

'நீ நடிக்கறதுக்கு முன்னாடியே துட்டை வாங்கிடுறியே! நாங்க வேலை செஞ்சுட்டுதானே காசு கேட்கிறோம்'னு கடன்காரங்களெல்லாம் போன்ல பாப்பாவை அசிங்கமாப் பேசினாங்களாம்.

இதையெல்லாம் என்கிட்ட சொன்னதும், ஆந்திரா போய், 65 ஆயிரம் பணம், 14 பவுன் நகையெல்லாம் ஏற்பாடு

பண்ணிக் கொடுத்தேன். கடைசியா போன வருஷம் பாப்பாவைப் பார்க்கணும்னு வீட்டுக்குப் போனேன். தாடிக்காரன் துரத்தியடிச்சுட்டான்.

தற்கொலை பண்ணிக்கிற மாதிரி பாப்பா கோழையெல்லாம் கிடையாது. இது தற்கொலை இல்லைன்னு மட்டும் நான் தைரியமா சொல்லுவேன்.'

- சிலுக்கின் மரணத்துக்குப் பின் அன்னபூரணி கூறிய செய்திகள் இவை.

தனக்கு டாக்டர் செட்டில் செய்த செக்குகளில் சிலவற்றைத் தவிர மற்றவை எல்லாம் அக்கௌண்டில் பணம் இல்லாததால் பவுன்ஸ் ஆகியதாகவும், அதை வைத்துக் கொண்டு பல வருடங்களாக வக்கீல் வீட்டுக்கு அலைந்து கொண்டிருப்பதாகவும் அவர் குற்றம் சாட்டினார்.

சிலுக்கின் தாயார் நரசம்மாவின் ஸ்டேட்மெண்டும் பல விஷயங்களை வெளிச்சத்துக்குக் கொண்டு வந்தது.

'என் மகன் வாடகை லாரி ஓட்டியும், நான் கூலி வேலை செஞ்சும் வயித்தைக் கழுவிக்கிட்டு இருந்தோம். திடீருன்னு ஒரு நாள் தந்தி வந்துச்சு. தூக்க மாத்திரை நிறைய சாப்பிட்டு தற்கொலை பண்ணிக்க விஜி முயற்சி செஞ்சிட்டா. உடனே வாங்கன்னு தாடிக்காரர் தந்தி கொடுத்தார். இது இரண்டு வருஷம் முன்னால நடந்துச்சு.

நானும் என் மகனும் மெட்ராஸுக்கு ஓடி வந்தோம். எங்களைப் பார்த்ததும் விஜி அழ ஆரம்பிச்சா.

'நான் எவ்வளவு சம்பாதிச்சு என்ன பிரயோஜனம்? என்னை

'நான் எவ்வளவு சம்பாதிச்சு என்ன பிரயோஜனம்? என்னை நீங்க எல்லோரும் அநாதையா விட்டுட்டு ஒதுங்கியே இருக்கீங்களேன்னு' புலம்பினா.

தண்ணியடிச்சோ,
ஸ்மோக் பண்ணியோ
பார்த்ததேயில்ல.
உப்பு சுறுசுறுப்புக்கு
வைட்டமின் மாத்திரைகள்
சாப்பிடுவாங்க.

நீங்க எல்லோரும் அநாதையா விட்டுட்டு ஒதுங்கியே இருக்கீங்களேன்னு' புலம்பினா.

கொஞ்ச நாள் அவளோடயே இருந்தோம். எங்களை விரட்டி அடிக்காத குறையாக தாடிக்காரர் சொந்த ஊருக்கு அனுப்பி வைச்சார்.

சமீபத்தில் அவசரமா வரச் சொல்லி தகவல் கொடுத்தா, வந்தேன்.

'அம்மா.. கடைசி வரைக்கும் உங் கூடவே இருக்கணும்னு தோணுதும்மா. என்னை விட்டுப் போயிடாதேம்மா'ன்னா!

அவளைச் சமாதானப்படுத்தி அவ கூடவே ஏழு எட்டு நாள் இருந்து பெங்களூர் ஷூட்டிங்குக்கும் போனேன்.

நான் சிலுக்கோட இருக்கிறதை தாடிக்காரர் விரும்பவில்லை. மறைமுகமாக அவகிட்டே சண்டை போட்டார்.

'நீ கொஞ்ச நாள் ஊருக்குப் போய் தம்பிகூட இருந்துட்டு வா'ன்னு என்னை அனுப்பிச்சு வெச்சா.

அப்போதான் நான் சிலுக்கைக் கடைசியாகப் பார்த்தது.'

நரசம்மாவின் இந்த வார்த்தைகள், சிலுக்கு தனிமைப்படுத்தப் பட்டதை உறுதி செய்கின்றன.

சிலுக்கு ஒன்றும் டாக்டரிடம் மயங்கிக் கிடக்கவில்லை. மருத்துவர் சிலுக்கை மெஸ்மரைஸ் செய்து வைத்திருந்தார். தன் வைத்திய அறிவைப் பயன்படுத்தி சிலுக்கை அவர் உடலளவிலும் மனத்தளவிலும் மிகவும் தளர்ந்துபோய் தன் கட்டுப்பாட்டில் இருக்கும்படி செய்திருந்தார் என்றெல்லாம் செய்திகள் வெளிவந்தன.

தாடிக்காரரைத் தன் துணையாகத் தேர்ந்தெடுத்தது சிலுக்கு செய்த தவறு. அதனால் வந்ததே இவ்வளவு கஷ்டங்கள் என்ற அன்னபூரணி மேலும் சில குற்றச்சாட்டுகளையும் கூறினார்.

'அவளுக்குத் தண்ணி போட கத்துக் கொடுத்தாரு, சிகரெட் பிடிக்க பழகிக் கொடுத்தாரு. நான் அவளைத் தட்டிக் கேட்பேன்.

'உடம்பு அலுப்பு தெரியாம இருக்க இதையெல்லாம் சாப்பிடுறேம்மா'ன்னு சொல்லுவா.

மீறி கண்டிச்சா காட்டுக் கத்து கத்துவா. தாடிக்காரரையே பலமுறை அடிச்சிருக்கா!'

ஆனால் அன்னபூரணியின் குற்றச்சாட்டை, சிலுக்கிடம் பல காலம் பணிபுரிந்த ஊழியர்கள் 'அபாண்டம்' என்று மறுத்தார்கள்.

'அவங்க தண்ணியடிச்சோ, ஸ்மோக் பண்ணியோ நாங்க பார்த்ததேயில்ல. உடம்பு சுறுசுறுப்புக்கு வைட்டமின் மாத்திரைகள் சாப்பிடுவாங்க. அது போதை மாத்திரை கிடையாது.'

டாக்டர் சிலுக்குக்குப் போதை ஊசி பழக்கத்தை அறிமுகப்படுத்தினார் என்று பல கிசுகிசுக்கள் வெளிவந்திருந்தன.

'முற்றிலும் தவறானத் தகவல். இந்தச் செய்தி, என்னை ரொம்பவும் வேதனைப்படுத்தியது. இப்படி வரும் வதந்திகளை உடனே மறுக்க வேண்டும். இல்லையேல் மக்கள் உண்மை என நினைத்து விடுவார்கள் என்பேன்.

பொழுதுபோகாமல் இப்படி எழுதும் நிருபர்களுக்கு நாம் ஏன் பதில் சொல்ல வேண்டும் என்ன வேண்டுமானாலும் எழுதிக் கொள்ளட்டும் என்றாள்.'

சிலுக்கின் மரணத்துக்குப் பிறகே அவற்றை மறுத்தார் டாக்டர்.

23

சிலுக்கு கோழை அல்ல. யாருக்கும் பயந்தவர் அல்ல. அவர் ஏன் தற்கொலை செய்து கொள்ள வேண்டும் என்று சிலுக்கின் மன இயல்பு உணர்ந்தவர்கள் கேள்வி எழுப்பினார்கள்.

கடிதம் - சந்தேகங்கள் - சர்ச்சைகள்

அன்றைய காலை நாளிதழ்களில் சிலுக்கு மரணம் குறித்த செய்திகளே பிரதானமாக இருந்தன.

சிலுக்கு படுக்கை அறையில் பிணமாகத் தொங்கினார்.

சிலுக்கு தற்கொலை

சிலுக்கு கொலை?

போன்ற வெவ்வேறு தலைப்புச் செய்திகள் ரசிகர்களை 'உச்' கொட்டச் செய்தன.

நிஜத்தில் நடந்தது என்ன என்று யாராலும் கூற இயலவில்லை. சிலுக்கு இறப்பதற்கு முன் தன் கைப்பட எழுதிய தெலுங்கு மொழிக் கடிதம் அவர் தற்கொலை செய்து கொண்டார் என்பதற்கு ஆதாரமாகக் கூறப்பட்டது.

அக்கடிதம் சிலுக்கின் படுக்கை அறையில் தலையணைக்கு அடியில் வைக்கப்பட்டு இருந்தது.

சிலுக்கு வாழ்ந்த ஒட்டு மொத்த வாழ்வின் பிரதிபலிப்பாகவே அக்கடிதம் இருந்தது.

22.9.1996 என்று அதில் தேதி குறிப்பிடப்பட்டு இருந்தது.

'அபாக்கியவதி.

கடவுளே, நான் ஏழு வருஷமா என் வயிற்றுக்காக நானே தான் கஷ்டப்பட்டுட்டு இருக்கேன். எனக்கு என்று யாருமே இல்லை. நான் நம்பினவங்கள் எல்லாம் என்னை மோசம் பண்ணிட்டாங்க. பாபு தவிர (ராதாகிருஷ்ணமூர்த்தி என்கிற டாக்டர்) என் மேல வேறே யாருக்கும் அன்பு கிடையாது.

என் பின்னால் இருந்தவங்க எல்லாம் செட்டில் ஆயிட்டாங்க.

பாபு தவிர மற்ற எல்லோரும் என் உழைப்பை சாப்பிட்டவங்கதான். என் சொத்தை அனுபவிச்சவங்க தான். என் அழிவுக்கு வழி வகுத்தாங்க. யாருக்குமே என்னிடம் பாசம் இல்லை.

வாழ்க்கையில் எனக்கும் நிறைய ஏக்கம், எதிர்பார்ப்பு இருந்தது. ஆனால் என்னைச் சுற்றி இருக்கிறவங்க எனக்கு மனநிம்மதி இல்லாமல் நான் செத்துப் போகிற அளவுக்குப் பண்ணிட்டாங்க.

நான் எவ்வளவோ சாதிச்சாலும் எனக்கு மனநிம்மதி இல்லாமல் செய்திட்டாங்க. எல்லோருக்குமே நான் நல்லது பண்ணி இருக்கேன். ஆனால் என் வாழ்க்கையை இந்த மாதிரி பண்ணிட்டாங்களே. என்ன நியாயம்?

எனக்கு இருக்கிற கொஞ்சத்தையும் பாபு குடும்பத்துக்கும் என் குடும்பத்துக்கும் சரி சமமா பங்கு வெச்சுக் கொடுத்துடுங்க.

என்னுடைய ஆசையை எல்லாம் ஒருத்தர் மீது வைத்திருந்தேன். அவர் என்னை மோசம் செய்து விட்டார். கடவுள் என்று ஒருவர் இருந்தால் அவரைப் பார்த்துக் கொள்வார்.

தினசரி கொடுமை தாங்க முடியவில்லை. ராதாகிருஷ்ணாவுக்கு எது பிடிக்குமோ அதை மட்டும்தான் செய்யச் சொல்கிறார்.

ஒரு தடவை நகை வாங்கினேன். அதை போடுவதற்குக் கூட அனுமதி கொடுக்கவில்லை.

கடவுள் என்னை எதுக்காகப் படைத்தார்?

ஐந்து வருஷத்துக்கு முன்பு ஒருத்தன் எனக்கு வாழ்க்கை தருகிறேன் என்று சொன்னான். இப்போது கொடுக்க மாட்டேன் என்று கூறி விட்டான்.

வாழ்க்கையில் நான் எவ்வளவோ பொறுத்துக்கிட்டேன். ஆனால் இப்போது என்னால் முடியவில்லை. இதை எழுதுவதற்கு நான் மிகவும் சிரமப்பட்டேன். அது எனக்குத் தெரியும்..'

அந்தக் கடிதம் சிலுக்கு எழுதியதுதானா என்றும் சந்தேகங்கள் எழுந்தன.

சிலுக்கின் கையெழுத்து பெரிது பெரிதாகவே இருக்கும். சிலுக்கின் தற்கொலை கடிதம், போஸ்டு கார்டு சைஸில் பொடிப் பொடியான எழுத்துகளால் எழுதப்பட்டிருந்தது.

அந்தக் கடிதத்தில் சிலுக்கின் கையொப்பமும் காணப்படாதது மர்மத்தை மேலும் அதிகரித்தது. சிலுக்கின் மரணத்தில் எழுந்த சந்தேகங்களைப் பத்திரிகைகள் பட்டியல் இட்டன.

சிலுக்கு கோழை அல்ல. யாருக்கும் பயந்தவர் அல்ல. அவர் ஏன் தற்கொலை செய்து கொள்ள வேண்டும் என்று சிலுக்கின் மன

எனக்கு இருக்கிற கொஞ்சத்தையும் பாபு குடும்பத்துக்கும் என் குடும்பத்துக்கும் சரி சமமா பங்கு வெச்சுக் கொடுத்துடுங்க

இயல்பு உணர்ந்தவர்கள் கேள்வி எழுப்பினார்கள்.

தான் சிலுக்கின் கணவன் என்பதை டாக்டர் ஒப்புக் கொண்டார்.

'நான் சிலுக்குக்கு தூரத்து உறவு. சிறு வயதில் இருந்தே என்னை அவளுக்குத் தெரியும். அவளுக்குத் தெரிந்த ஒரே ஆள் என்பதால் என்னை வரவழைத்து தனக்குப் பாதுகாப்பாக இருக்கும்படி கேட்டுக் கொண்டாள்.

நானும் எனது குடும்பத்தை விட்டு விட்டு அவளுடன் தங்கினேன். நானும் அவளும் கணவன் மனைவியாக இருந்தோம். ஒரே படுக்கையில் படுத்துக் கொள்வோம்.

திருமணம் செய்து கொள்வோமே என்று நான் கேட்டால் திருமணம் செய்து கொண்டால்தான் கணவன் மனைவியா, இல்லாவிட்டால் இல்லையா என்பார்.

பெண்கள் தாலி கட்டிக் கொண்ட பிறகு அவளை ஆண்கள் அடிமை போல நடத்துகிறார்கள். இது பெண்களின் உரிமையை பாதிக்கும் செயல் என்பது ஸ்மிதாவின் எண்ணமாக இருந்தது. ஸ்மிதாவுக்குத் திருமணம் மீது நம்பிக்கை இல்லாமல் போனது!

நானும் அவளை வற்புறுத்தவேயில்லை. என்மீது அவளுக்கு அதிக பாசம். நானும் ஸ்மிதாவும் தாலி கட்டாமலேயே கடந்த பதினைந்து ஆண்டுகளாக வாழ்ந்து வந்தோம்.'

டாக்டரைப் பகிரங்கமாக திருமணம் செய்து கொள்ளும் சந்தர்ப்பம் சிலுக்குக்கு வாய்க்கவேயில்லை. ஏற்கெனவே ஒருவருக்கு மனைவியாக வாழ்ந்துவிட்டு டாக்டரிடமும் புதுசாக தாலி கட்டிக் கொள்ள சிலுக்கு தயங்கி இருக்கலாம். திருமாங்கல்யம் இல்லாமல் குழந்தைப் பேறும் சிலுக்குக்குக் கேள்விக்குறியாகவே இருந்தது.

சிலுக்கின் அந்தரங்க வாழ்வைப் பற்றி உலகம் எழுப்பிய வினாக்களுக்கெல்லாம் அவரது மரணத்துக்குப் பின்பே பதில் கிடைத்தது. அதுவும் டாக்டர் மூலமாகவே.

'என்னைவிட ஸ்மிதாவுக்குக் குழந்தைகள் மீது கொள்ளை ஆசை. ஆனால் பிள்ளைப் பெற்றுக் கொண்டால் பட வாய்ப்பு வராது என்பதால் அதைத் தவிர்த்து விட்டோம்.

அடுத்த ஆண்டு இருவரும் பகிரங்கமாக அறிவித்து திருமணம் செய்து கொள்வது என்றும் குழந்தை பெற்றுக் கொள்வது என்றும் முடிவு செய்து இருந்தோம். அதற்குள் இப்படி நடக்கும் என்று நினைக்கவேயில்லை. எதிர்பார்க்கவேயில்லை!'

பட வாய்ப்புகள் இல்லாமல் சிலுக்கு அவதிப்பட்டதாகவும் அவர் நடித்துப் பெற்ற பணமும் சொந்தப் படங்கள் எடுத்து பட்ட கடனை அடைப்பதற்கே போதவில்லை. கடன் தொல்லையால் சிலுக்கு தற்கொலை செய்து கொண்டார் என்று திரையுலகினர் சிலர் கருத்து சொன்னார்கள்.

ஆனால் டாக்டர் அதை மறுத்தார். 'இப்பவும் ஐநூறு சவரனுக்கு மேல பேங்க் லாக்கர்ல இருக்கு. பணமும் கணிசமா பேங்க்லயே இருக்கு. எல்லாத்தையும் அவங்களே ஆபரேட் பண்ணிக்குவாங்க. எனக்கு அதுல சம்பந்தமில்லை!' என்றார்.

ஐந்து வருஷங்களாக யாரையோ உயிருக்கு உயிராகக் காதலித்து வந்ததாகவும் அவர் ஏமாற்றி விட்டதாகவும் சிலுக்கின் கடைசிக் கடிதம் கூறியது பற்றி போலீஸார் விசாரணை மேற்கொண்டதாகத் தெரியவில்லை.

'அது யாருன்னு எனக்கும் தெரியல. அப்படியே இருந்தாலும் என்கிட்டே தைரியமா எப்படி அவங்க சொல்ல முடியும்? அவ மனத்திலுள்ளது எனக்கு எப்படித் தெரியும்?' என்றார் தாடிக்காரர்.

'சிலுக்குக்கு மது அருந்தும் பழக்கம் இருக்கிறது. மதுவில் தூக்க மாத்திரைகளைக் கலந்து குடிக்காமல் விஷத்தைச் சேர்த்துக் குடிக்காமல் கொடூரமாக ஏன் தூக்கு போட்டுக் கொள்ள வேண்டும்?' என்று கேள்வி எழுப்பியது ஒரு பிரபல நாளிதழ்.

போலீஸார் வருவதற்கு முன்பே தன்னிச்சையாகவே சிலுக்கை ஏன் தூக்கில் இருந்து எடுத்து கீழே இறக்க வேண்டும்?

டாக்டர் நாடி பிடித்து சோதித்தபோதே சிலுக்கு உடலில் உயிர் இல்லை என்று நிச்சயம் தெரிந்து இருக்கும். அதன் பிறகும் ஏன் ஆம்புலன்ஸை வரவழைத்து விஜயா மருத்துவமனைக்கு சிலுக்கின் பிணத்தைக் கொண்டு செல்ல வேண்டும்?

இந்தக் கேள்விகளுக்கு மருத்துவரின் பதில்.

'ஏதோ கொஞ்சம் நஞ்சம் உயிர் இருக்காதா? நெஞ்சை அழுத்தி, மசாஜ் செய்து காப்பாற்றி விடாலாமென்று பாடியை கீழே இறக்கினோம்.'

குழந்தை உத்ராவின் அழுகைக் குரல் கேட்டு மாடிக்கு ஓடியதாக மகன் ராமு சொன்னார். ஆனால் அன்று காலை எட்டு மணிக்கெல்லாம் குழந்தை உத்ராவை குளிக்கச் செய்து டிரஸ் செய்து பள்ளிக்கு அனுப்பியதாக டச் அப் பாய் ராமகிருஷ்ணா பத்திரிகை பேட்டியில் கூறினார். இப்படிப் பல கேள்விகள் தொடர்ந்த வண்ணம் இருந்தன.

பிரபல நடிகை தூக்கு மாட்டிக் கொண்ட சூழலில், போலீஸார் கைரேகை நிபுணர்களைக் கூட தங்களுடன் அழைத்துச் செல்லவில்லை.

சிலுக்கின் பிணம் போலீஸார் போவதற்குள் அகற்றப்பட்டிருந்ததால் அது தற்கொலையா? கொலையா? என்று உறுதியாகக் கூற முடியாத அளவு தடயங்கள் இல்லாமல் போனது.

டாக்டர் சொன்ன செய்திகளையே போலீஸார் ஏற்றுக்கொள்ள வேண்டியதாயிற்று.

சிலுக்கின் மரணம் குறித்து தடய அறிவியல் நிபுணர் சொன்ன கருத்துகள் சந்தேகத்தை மேலும் வலுப்பெறச் செய்தன.

'தூக்கு மாட்டுவதற்காக சிலுக்கு பயன்படுத்திய அவரது நைலான் சேலையில் உமிழ்நீர் நிச்சயம் படிந்திருக்கும்.

சிலுக்கு தற்கொலை செய்துகொண்டு இருந்தால் மட்டுமே அது சாத்தியமாகும். மற்றபடி அவர் கொல்லப்பட்டு தூக்கில் தொங்கவிடப்பட்டிருந்தால் அவர் தூக்கு போடுவதற்காகப் பயன்படுத்திய மேஜை மெத்தை ஆகியவற்றில் சிலுக்கின் பாதச்சுவடுகளை நிச்சயம் காண முடியாது.

இறந்துபோன சிலுக்கின் பாதங்களின் தடங்கள் அவர் தற்கொலைக்காகப் பயன்படுத்திய கட்டில், மெத்தை, மேஜை ஆகியவற்றில் காணப்பட்டதா என்று போலீஸார் பரிசோதித்து இருக்க வேண்டும்.

சிலுக்கின் கழுத்துப் பகுதியில் இருந்த காயத்தின் தன்மையை வைத்து ஆராய்ச்சி செய்து சிலுக்கின் மரணம் எப்படி சம்பவித்தது என்று உறுதியாக போலீஸார் சொல்லியிருக்கலாம்.

உயிர் போகிற தருணங்களில் அந்தக் கொடிய மரண அவஸ்தையில் சிலுக்கு உடலின் எடை கூடி தூக்குப்போட்டுக் கொண்டிருந்த நைலான் சேலையில் அவரது கை கால்கள் உதறலால் நிச்சயம் பொத்தல்கள் விழுந்திருக்கும். ஆனால் சிலுக்கு கொலை செய்யப்பட்டு தூக்கில் தொங்க விடப்பட்டு இருப்பாரேயானால் சேலையில் பொத்தல் தடயங்கள் காணப்படாது.'

தடய அறிவியல் நிபுணர்கள் யாருமே சிலுக்கின் உடலையோ, இறந்து கிடந்த அறையையோ சோதனையிடாத நிலையில் அவர்களால், இப்படிக் கேள்விகளை மட்டுமே எழுப்ப முடிந்தது.

சிலுக்கின் தற்கொலை இயல்பானதா அல்லது அவர் கொலை செய்யப்பட்டிருப்பாரா என்பது குறித்த மர்மங்களுக்கு போலீஸார் விளக்கம் அளித்தார்கள்.

'சிலுக்கு வழக்கமா தூங்குகிற படுக்கை அறையில் அமர்ந்தபடி டாக்டர் அப்போது நடந்த சஹாரா கிரிக்கெட் போட்டிகளைப் பார்ப்பதை வழக்கமாகக் கொண்டு இருந்தார்.

அதனால் சம்பவ தினத்தன்று சிலுக்கு தூங்குவதற்காக விருந்தினர்கள் அறையைப் பயன்படுத்தினார்.

சிலுக்கின் அந்தரங்க வாழ்வைப் பற்றி உலகம் எழுப்பிய வினாக்களுக்கெல்லாம் அவரது மரணத்துக்குப் பின்பே பதில் கிடைத்தது. அதுவும் டாக்டர் மூலமாகவே.

ராதாகிருஷ்ணமூர்த்தியின் பேத்தி மூன்றே வயதான உத்ரா சிலுக்கோடு அவர் படுக்கையிலேயே தூங்கினாள்.

செப்டம்பர் 23-ம் தேதி காலை எட்டரை மணியளவில் குழந்தை உத்ராவின் அழுகுரல் கேட்டு கீழ்த்தளத்தில் இருந்த ராதாகிருஷ்ணமூர்த்தியின் தாயார் தனசூர்யாவதி தனது பேரன் ராமுவிடம் உத்ராவைக் கொண்டு வருமாறு கூறினார்.

ராமு மாடிக்குச் சென்றார். சிலுக்கின் அறைக்கதவைத் தட்டினார். கதவு உட்புறமாகத் தாழிடப்பட்டிருந்தது. பலமுறை தட்டியும் கதவு திறக்கப்படவேயில்லை.

ராமு கீழே வந்தார். தோட்டத்தின் பக்கம் போனார். வேலைக்காரர் ஷண்முகத்தை ஏணி கொண்டு வரச் சொன்னார்.

ஏணியில் ஏறி சிலுக்கின் அறைக்கதவையும் ஜன்னல்களையும் பலமாகத் தட்டினார். கதவு திறக்கவேயில்லை.

பக்கத்தில் கட்டட வேலை நடந்து கொண்டு இருந்தது. அங்கிருந்து கடப்பாறை, கம்பி வாங்கி கதவை இடித்தார் ராமு.

கதவு திறந்தது.

சிலுக்கு சேலையால் படுக்கை அறையில் உள்ள மின்விசிறியில் தூக்கில் தொங்கிக் கொண்டிருந்தார்.

ராமு அதிர்ச்சி அடைந்தார்.

மூன்று மாதங்களாக நெஞ்சு வலியால் அவதிப்பட்டு கொண்டிருக்கும் தனது தந்தை டாக்டர் ராதாகிருஷ்ணமூர்த்தியை எழுப்பி சிலுக்கைக் காட்டினால்

அதிர்ச்சியில் அவர் பயந்து விடுவார் என்று ராமு அவரை எழுப்பவேயில்லை.

உடனடியாக விருகம்பாக்கம் விரைந்தார் ராமு. அங்கு வசித்த தன் சகோதரியை அழைத்து வந்தார்.

இருவருமாக சிலுக்கின் உடலைக் கிடத்தினர். டாக்டரை எழுப்பி ராமு விவரம் சொன்னார். டாக்டர் நாடி பிடித்தார். சிலுக்குக்கு முதல் உதவி செய்தார்.

சிலுக்கு ஸ்மிதா உயிருடன் இருப்பார் என்ற எண்ணத்தில் விஜயா மருத்துவமனைக்கு ஆம்புலன்ஸ் மூலம் கொண்டு சென்றார்கள். அங்கு டாக்டர் ரங்கராஜன் ஏற்கெனவே சிலுக்கு இறந்து விட்டதாகக் கூறினார்.

கட்டில் கால் பகுதியில் இருந்த நோயாளிகள் பயன்படுத்தும் உருளைச் சக்கரம் பொருந்திய மேஜை ஒன்று இருந்தது. அந்த மேஜையின் மேல் ஏறி நின்று சிலுக்கு சேலையை மின் விசிறியில் சுற்றி இறுகக்கட்டி சுருக்கு போட்டு கழுத்தில் மாட்டி தொங்கி இறந்து இருப்பதாகத் தெரிகிறது.

அந்த மேஜைக்கும் மின் விசிறிக்கும் இடையே உள்ள இடைவெளி சுமார் ஆறு அடி. சிலுக்கின் உயரம் சுமார் ஐந்து அடி

சிலுக்கு மேஜையின் மேல் ஏறி நின்று கையை உயர்த்தி எளிதாக மின்விசிறியில் சேலையைச் சுற்றி கட்டி இருக்க வாய்ப்பு உள்ளது.

சிலுக்கு கழுத்தில் தூக்கு போட்டுத் தொங்கியதற்கான அரைவட்ட வடிவ சுருக்கு அடையாளம் காணப்படுகிறது.

இடது கால் முழங்காலின் கீழ் நீள வடிவில் இரண்டு சிறிய சிராய்ப்பு காயங்கள் காணப்படுகின்றன. இதைத் தவிர வேறு எந்தவிதமான வெளிக்காயங்களும் காணப்படவில்லை.

சிலுக்கு தூக்கில் தொங்கியதால் ஏற்பட்ட மூச்சுத் திணறல் காரணமாக சாவு ஏற்பட்டுள்ளது என்று மருத்துவ பரிசோதனை அறிக்கையில் தெரிவிக்கப்பட்டுள்ளது.

சாட்சிகளின் அடிப்படையில் இருந்தும் சம்பவ இட தடயங்களின் அடிப்படையில் இருந்தும் மருத்துவ ரீதியான பிரேத பரிசோதனையில் இருந்தும் சிலுக்கு ஏதோ மனவேதனையின் காரணமாக தூக்குப் போட்டு தற்கொலை செய்துகொண்டு இறந்துள்ளதாக சந்தேகமற தெரிகிறது.

- இது போலீசார் கொடுத்த அறிக்கை.

24

'உங்களுக்கெல்லாம் என்னப்பா? எனக்கு யார் இருக்கா? எனக்குச் சொந்தமா வீடு வாங்க முடியலே. குடும்பம் குழந்தைகள்னு அமையல. சாந்தியும் நீயும் கொடுத்து வெச்சவங்க அனு!'

ரொம்ப அழுத்தாதீங்க!

'நான் செத்தால் நீ வருவாயா எனக்கு இறுதி மரியாதை செலுத்துவாயா?'

சிவாஜிகணேசன் ரஜினிகாந்திடம் ஒருமுறை இப்படிக் கேட்டிருக்கிறார்.

சிவாஜிக்கே சினிமாவில் அந்த நிலைமை என்றால் சிலுக்குக்கு?

அதுவும் தூக்குப் போட்டு தற்கொலை செய்து கொண்ட கவர்ச்சி நடிகைக்கு இறுதி அஞ்சலி செலுத்த யார் முன் வருவார்கள்?

'ஸ்மிதா தற்கொலை செய்து கொண்டது எந்த அளவுக்கு சோகமோ அதைப் போன்றதொரு சோகம், அவருடைய இறுதிச் சடங்கில் பிரபல நட்சத்திரங்கள் யாரும் கலந்து கொள்ளாதது.

சிலுக்கு ஸ்மிதா பல நூறு படங்களில் நடித்திருந்தார். பல தயாரிப்பாளர்கள், நடிகர்கள், நடிகைகள் அவருடன் பணியாற்றி இருக்கிறார்கள். ஆனால் இத்தகையதொரு நேரத்தில் அவர்கள் யாருமே வரவில்லை.

சிலுக்குக்குக் கலையுலகில் இருந்த நெருக்கத்துக்குத் தமிழ்த் திரையுலகமே அங்கு திரண்டு இருக்க வேண்டும். ஆனால் மிகச் சிலரே வந்திருந்தனர்.

'நடிகர்கள் இருக்கட்டும். நடிகர் சங்கம் சார்பில் கூட யாரும் வரவில்லை. நம் சக நடிகர் இறந்து விட்டால் நடிகர் சங்கம் செய்ய வேண்டிய கடமையைச் செய்யத் தவறியது ஏன் என்றும் புரியவில்லை!' - நடிகை ரேவதி, தன் வருத்தத்தை வெளிப்படுத்தினார்.

சிலுக்குக்கு முதன்முதலாக அஞ்சலி செலுத்த விஜயா மருத்துவமனைக்கு ஓடோடி வந்த நடிகை ஸ்ரீவித்யா. மதியம் இரண்டு மணிக்கெல்லாம் அரக்க பரக்க ஓடிவந்தார்.

'எனக்கும் அவங்களுக்கும் பெரிய பழக்கமெல்லாம் கூட இல்லை. ஒரு கலைஞர் என்கிற முறையில் சிலுக்கு நடிப்பு எனக்கு மிகவும் பிடிக்கும். நடிகர் சங்கம் மூலமா தலைவர்கிட்ட சொல்லி சிறப்பா அடக்கம் பண்ண ஏற்பாடு செய்வோம்' - என்று பத்திரிகையாளர்களிடம் பேசிய ஸ்ரீவித்யாவுக்கு ஏமாற்றமே மிஞ்சியது.

சிலுக்குக்கு மிக நெருக்கமான நண்பர்களாக கருதப்பட்டவர்கள் வினு சக்கரவர்த்தி, புலியூர் சரோஜா, கங்கை அமரன் முதலானோர். அவர்களில் ஒருவர் கூட சிலுக்குக்கு இறுதி அஞ்சலி செய்ய இயலவில்லை.

வினு சக்கரவர்த்தி தேனியில் எட்டுப்பட்டு ராசா ஷூட்டிங்கில் இருந்தார். விஷயத்தைக் கேள்விப்பட்டதும் அதிர்ந்து போனார்.

'குஷ்பூவும் ஊர்வசியும் வேறே டேட்ஸ் கொடுக்க முடியாது. இருபத்தைந்து நாள் நீங்க இருந்தே ஆகணும்' என்று டைரக்டர் கஸ்தூரி ராஜா வினு சக்கரவர்த்தியிடம் தன் நிலையைச் சொல்லிவிட்டார்.

சினிமா தொழிலில் நேரமும் காசும் பெறுகிற முக்கியத்துவத்தை, மனிதர்களோ மனிதாபிமானமோ பெறுவதில்லை. அந்த அவுட்டோர் ஷூட்டிங்கிலேயே எல்லோரும் பத்து நிமிஷம் மௌன அஞ்சலி செலுத்தினார்கள்.

சிலுக்கு இறந்தப் பத்தாவது நாளன்று வினுசக்கரவர்த்தி தன் சொந்த செலவில் இரண்டாயிரம் பேருக்கு அன்னதானம் செய்தார்.

புலியூர் சரோஜா அப்போது திருப்பதியில் பிரம்மோத்ஸவ உற்சவ க்யூவில் இருந்தார். தெலுங்கு பத்திரிகைகளை விற்றபடி போன ஒருவன் சிலுக்கு இறந்து போனதை கூவிக் கூவி சொன்னான்.

அவனைக் கூப்பிட்டு அடித்தார் சரோஜா. சரோஜாவுக்குத் தெலுங்கு தெரியாது. சிலுக்கின் போட்டோ இருந்ததே தவிர மற்ற விவரம் எதுவும் அவருக்குப் புரியவேயில்லை. விற்றவன் முகத்திலேயே பேப்பரை விட்டெறிந்தார்.

சிலுக்கு மருத்துவமனையில் உயிரோடு இருப்பார் போய்ப் பார்க்கலாம் என்று இருந்துவிட்டார். சென்னைக்குத் திரும்பி வந்து எஸ்.பி. முத்துராமனுக்கு போன் செய்தபோது அவருக்கு விஷயம் புரிந்தது.

பிரியமான தோழியின் உயிரோடு இருந்து பார்த்த உடம்பை உயிரற்ற சடலமாகப் பார்க்க கங்கை அமரனுக்கு மனமில்லை. அதனால் இறுதி அஞ்சலி செலுத்த அவர் செல்லவில்லை.

'மரியாதையாக அந்த உடம்பை அடக்கம் பண்ணணும்ற எண்ணம் வரல' என்றார் கங்கை அமரன்.

'கல்யாணத்துக்கு ஏன் வரலன்னு கேட்கலாம்; சாவுக்கு ஏன் வரலன்னு கேட்க முடியுமா?' என்று மிக யதார்த்தமாக தன் கருத்தை வெளியிட்டார் அனுராதா.

சிலுக்கு கடைசியாகப் பேச விரும்பிய சினிமா தோழி அனுராதா ஒருவரே. எப்போதும் தனிமையை விரும்புகிற சிலுக்கு, அனுராதாவை தோழியாக ஏற்றுக் கொள்வதற்குள் ஆண்டுகள் பல ஓடியே விட்டன.

'சிலுக்கு ஏன் இப்படி திமிரா நடந்துக்குறாங்க. பேசறதுல என்ன இருக்கு?' என்று அனுராதாவும் நினைத்தார்.

சிலுக்கின் சொந்தப்பட ஷூட்டிங். அனுராதாவுக்குக் கால்களில் அடிபட்டு ரத்தம் வடிந்தது. அப்போது பதறி

விட்டார் சிலுக்கு. அனுராதாவிடம் முதன்முதலாக வாய் திறந்து ஆறுதலாக அவரது காயம் குறித்து விசாரித்தார்.

மனம் விட்டுப் பேசுகிற தோழமை வந்த பிறகும், அனுராதாவாக சிலுக்குக்கு போன் செய்து பேசினால் மட்டுமே உண்டு.

கடைசியாக அனுராதாவிடம் சிலுக்கு பேசியபோது, 'எங்க வீட்டுக்கு வர்றியா? உங்கிட்டே பேசணும்' என்றார்.

'இப்ப கணவர் ஊர்லயிருந்து வந்திருக்கார். நாளைக்குக் காலைல பசங்களை ஸ்கூலுக்கு அனுப்பிச்சிட்டு கண்டிப்பா வரேன்' என்றார் அனுராதா.

'உங்களுக்கெல்லாம் என்னப்பா? எனக்கு யார் இருக்கா? எனக்குச் சொந்தமா வீடு வாங்க முடியலே. குடும்பம் குழந்தைகள்னு அமையல. சாந்தியும் நீயும் கொடுத்து வெச்சவங்க அனு!' என்று தன் வழக்கமான மனத்தாங்கலையே அன்றும் சிலுக்கு அனுராதாவிடம் வெளிப்படுத்தினார்.

சிலுக்குக்கு இறுதி அஞ்சலி செய்த சினிமாக்காரர்கள் மிகச் சிலரே.

ஸ்ரீவித்யா, அனுராதா, டிஸ்கோ சாந்தி, பாண்டியராஜன், ரேவதி, ரஞ்சிதா, ரோகிணி, வடிவுக்கரசி, கமீலா நாசர், மாதுரி, மாயா, அர்ஜுன், மோகன், எஸ்.பி. முத்துராமன், செந்தில்நாதன், நடிகர் சங்கம் சார்பில் அதன் பி.ஆர்.ஓ. கடையம் ராஜு.

சிலுக்கின் இறுதி ஊர்வலத்துக்கு வந்த நடிக நடிகையர்கள் கூட அவர்களாக வரவில்லை.

சக நடிகையின் உடல் அநாதைப் பிணம் போல் கிடந்ததைப் பார்த்ததும் வடிவுக்கரசிக்கு ஆவேசமே வந்து விட்டது. ஒட்டுமொத்தக் கலை உலகத்தையும் திட்டித் தீர்த்தார்

வடிவுக்கரசியால் வற்புறுத்தி வரவழைக்கப்பட்டவர்கள் அவர்கள் என்பதே நிஜம்.

சன் டிவி ப்ளாஷ் நியூஸ் மூலம் சிலுக்கின் மரணம் சகலருக்கும் தெரிந்தே இருந்தது.

இருந்தாலும் யாரும் சிலுக்குக்காக அனுதாபப்படவோ, ஓடி வரவோ தயாராக இல்லை.

தற்கொலை செய்து கொண்டவரைப் பார்க்கப் போனால் ஏதாவது வில்லங்கம் வந்து சேருமோ, போலீஸ் விசாரணை நடத்துமோ என்கிற இயல்பான பயம் சகலருக்கும், குறிப்பாக அன்று சென்னையில் இருந்த எல்லா ஹீரோக்களுக்கும் ஹீரோயின்களுக்கும் இருந்தது.

தங்களின் சக நடிகையின் உடல் அநாதைப் பிணம் போல் கிடந்ததைப் பார்த்ததும் வடிவுக்கரசிக்கு ஆவேசமே வந்து விட்டது. ஒட்டுமொத்தக் கலை உலகத்தையும் திட்டித் தீர்த்தார்.

செவ்வாய்கிழமை முற்பகல் பதினொரு மணி. டாக்டரின் மகன் ராமு, சிலுக்கின் அம்மாவுடனும் தம்பியுடனும் சவக் கிடங்குக்குப் போனார்.

'இத்தனை நாள் என்னை உன் பக்கமே சேர்க்க விடாமல் பண்ணிட்டாங்களே தாயி... ஒரு வாரத்தில் ஊருக்கு வர்றேன்னு நேத்து அம்மாகிட்ட சொன்ன. அதுக்குள்ள போயிட்டியேடி' என்று தமிழும் தெலுங்கும் கலந்து நரசம்மா கதறி அழுதபோது காவலர்களும் கண்களைத் துடைத்துக் கொண்டார்கள்.

சிலுக்கின் பிரேதப் பரிசோதனை முடிவடைந்தது. அவரது வீட்டுக்கு உடல் எடுத்துச் செல்லப்பட்டது.

சிலுக்கு வாழ்ந்த காலத்தில் சக நடிகையாகவும் ஒரு தயாரிப்பாளராகவும் அவரைக் கிட்டத்தில் நெருங்க முடியாத வடிவுக்கரசி, உயிரற்றுக் கிடந்த சிலுக்கின் கவர்ச்சியான முகத்துக்குக் கடைசியாக மஞ்சள் பூசி பெரிதாகக் குங்குமம் வைத்தார்.

அப்போது கூட்டத்திலிருந்து யாரோ சொன்னார்கள்.

'ரொம்ப அழுத்தாதீங்க!'

சிறிது நேரத்தில் சிலுக்கின் உடல் அலங்கரிப்பட்ட வேனில் சுடுகாட்டுக்கு எடுத்துச் செல்லப்பட்டு தகனம் செய்யப்பட்டது.

கதாநாயகிகளே கவர்ச்சியாகவும் நடிக்க ஆரம்பித்து விட்டதால் எங்களுக்கு இப்போது சாவகாசமாக மூச்சு வாங்கிக் கொள்ள நேரம் கிடைத்திருக்கிறதே! அந்த வகையில் சந்தோஷம். வருத்தம் ஏதுமில்லை.

கடைசி பேட்டி

பொதுவாக நேர்காணல்களைத் தவிர்த்தவர் சிலுக்கு. ஆனால் தற்கொலை செய்து கொள்வதற்குச் சரியாக ஒரு மாதத்துக்கு முன் கல்கி இதழுக்கு ஒரு பேட்டி அளித்திருந்தார். ஒரு வகையில் சிலுக்கு தன்னைப்பற்றி மனம் திறந்து முழுமையாகப் பேசிய முதலும் கடைசியுமான தருணம் என்று இதனைச் சொல்லலாம்.

- 'நீங்கள் சினிமா உலகத்துக்கு வந்து பதினாறு ஆண்டுகள் முடிந்து விட்டன. இந்த அனுபவத்தில், நீங்கள் வந்த புதிதில் இருந்த சினிமா உலகத்துக்கும் இப்போதைக்கும் ஏதாவது வித்தியாசத்தை உணர்கிறீர்களா?

- 'இன்றைய சினிமா உலகம் என்பது தொழில்நுட்ப அடிப்படையில் பார்த்தால் பிரமிக்கத்தக்க அளவில் முன்னேறியிருக்கிறது. நான் வந்த புதிதில் இப்படி யில்லை.

தொழில்நுட்பம் முன்னேறியதாலோ என்னவோ, இப்போதெல்லாம் பெரும்பாலானவர்கள் குறித்த நேரத்துக்கு வருவதேயில்லை. ஒன்பது மணிக்கு ஷூட்டிங் என்றால் பத்து மணிக்குத்தான் வரவே ஆரம்பிக்கிறார்கள்.

அப்புறம் படங்களின் கதையம்சம் என்பது அபூர்வமான விஷயமாக இருக்கிறது. 'இந்தியன்' படத்தையே எடுத்துக் கொள்ளுங்கள். அதில் கமல் மிக அற்புதமாக நடித்திருக்கிறார் என்பதைத் தவிர, கதை என்று ஒன்றுமே இல்லை. 'லஞ்சம் வாங்கக் கூடாது; லஞ்சம் கொடுக்கக் கூடாது' என்பது கதை! இதுதான் வித்தியாசம்.'

- **'இன்னொரு முக்கியமான வித்தியாசமும் இருக்கிறது...'**

- 'என்ன?'

- **முன்பெல்லாம் கவர்ச்சியாக நடிப்பதற்கு ஒரு சிலுக்கு தேவைப்பட்டார். இப்போது தேவையில்லை என்கிற நிலை! கதாநாயகிகளே கவர்ச்சியாகவும் நடிக்க ஆரம்பித்து விட்டார்களே?**

- இன்றும் சிலுக்கு தேவையில்லை என்பதில்லை. இன்றைக்கு எல்லாருமே சிலுக்கு ஆகிவிட்டார்கள் என்பதே உண்மை!

- **இதனால் உங்களுடைய வாய்ப்புகள் குறையும் என்கிற நிலையில் உங்களுக்கு வருத்தம் ஏதும் இல்லையா?**

- முன்பெல்லாம் கவர்ச்சியாக நடிப்பதற்கு என்னைப் போல் இரண்டு மூன்று பேர் இருந்தோம் என்கிற நிலையில், எங்களுக்கு ஏகப்பட்ட கால்ஷீட் பிரச்னைகள் இருந்தன. இப்போது கதாநாயகிகளே கவர்ச்சியாகவும் நடிக்க ஆரம்பித்து விட்டதால் எங்களுக்கு இப்போது சாவகாசமாக மூச்சு வாங்கிக் கொள்ள நேரம் கிடைத்திருக்கிறதே! அந்த வகையில் சந்தோஷம். வருத்தம் ஏதுமில்லை.

- **நிஜமாகச் சொல்லுங்கள். நீங்கள் நடிக்க வருகிறபோது இப்படியொரு கவர்ச்சி நடிகையாக வேண்டுமென்கிற கனவோடுதானா வந்தீர்கள்?**

● நிச்சயமாக இல்லை. சாவித்திரி அம்மா போல் சிறந்த நடிகையாக நடித்துப் பேர் வாங்க வேண்டு என்கிற எண்ணத்தோடு வந்தேன். அதனால் எனது பெற்றோரின் விருப்பத்தையும் மீறி கதாநாயகியின் கனவுகளோடு சென்னைக்கு வந்தேன்.

● உங்கள் பெற்றோரின் விருப்பம் என்ன?

● என் பெற்றோருக்கு நான் ஒரே பெண். எனக்கு ஒரு தம்பி. விவசாயம் தொழில். சொந்த ஊர் ஆந்திராவிலுள்ள ஏலூர். சொந்தப் பெயர் விஜயலட்சுமி. ஒரு சராசரிக் குடும்பம் என்பதால், நான் பெரியவளானதும் எனக்குக் கல்யாணம் செய்து பார்க்க வேண்டும் என்கிற ஆசை பெற்றோருக்கு. எனக்கோ கதாநாயகி ஆசை.

● அப்புறம் எப்படி கிளாமல் ரோல்களில் நடிக்க ஒப்புக்கொண்டீர்கள்?

● எனது பெற்றோரின் ஒத்துழைப்பு இல்லாதபோதும் ஸ்கூல் படிப்பைக்கூட முடிக்காத எனக்கு, சினிமா ஆசை மட்டும்

அளவு கடந்து இருந்தால், எனது அத்தையை அழைத்துக்கொண்டு சென்னைக்கு வந்தேன். ஒவ்வொரு சினிமா கம்பெனியாகச் சென்று சான்ஸ் கேட்டேன். அப்போது நான் பொம்மை மாதிரி கொழுக்மழுக் என்று இருந்தாலும் சிறு பெண்.

வண்டிச்சக்கரம் படத்தில் நான் ஏற்று நடித்த பாத்திரத்தின் பெயர் ‘சிலுக்கு’ என்பதால் அந்தப் பெயரே நிலைத்து விட்டது.

அதனால், ‘உன்னைச் சிறு பெண் வேஷத்திலும் போட முடியாது. பெரிய ரோலும் கொடுக்க முடியாது. போம்மா, திரும்ப ஊருக்குப் போகிற வழியைப் பார்!’ என்று பலரும் எனக்கு சான்ஸ் தர மறுத்து விட்டார்கள். பெற்றோரின் விருப்பத்தை மீறி வந்த நான், திரும்பி ஊருக்குப் போவது கௌரவமாக இருக்குமா? அதனால் எப்படியாவது சான்ஸ் வாங்கியே தீர வேண்டும் என்பதை ஒரு சவாலாகவே எடுத்துக் கொண்டு மீண்டும் மீண்டும் முயற்சி செய்தேன்.

அப்போது பட்டினியெல்லாம் கிடக்க வேண்டியிருந்தது. அதையெல்லாம் தாங்கிக் கொண்டு முயற்சி செய்தேன். பெரிய பெண்ணாகத் தெரிய வேண்டுமே என்பதற்காகச் சேலையெல்லாம் கட்டிக் கொண்டு செல்வேன்! ஒரு வருஷ முயற்சிக்குப் பிறகு ‘வண்டிச்சக்கரம்’ படத்தில் சான்ஸ் கிடைத்தது. ஸ்மிதாவாக சினிமா பிரவேசம் செய்த நான், வண்டிச்சக்கரம் படத்தில் நான் ஏற்று நடித்த பாத்திரத்தின் பெயர் ‘சிலுக்கு’ என்பதால் அந்தப் பெயரே நிலைத்து விட்டது.

- **அலைகள் ஓய்வதில்லை படத்தில் நல்ல கேரக்டர் ரோலும் செய்திருக்கிறீர்களே! அப்படியிருந்தும் ஏன் கிளாமர் ரோல்களாகவே வந்தன?**

- வண்டிச்சக்கரம் ரிலீஸான பிறகு அலைகள் ஓய்வதில்லை ரிலீஸ் ஆனது. நான் இரண்டிலுமே சிறப்பாக நடித்திருப்தாகப்

பேசப்பட்டாலும் ரசிகர்களின் மத்தியில் நான் வண்டிச்சக்கரத்தில் நடித்த 'சிலுக்கு' என்ற பாத்திரமே ஆழமாகப் பதிந்து விட்டது. எனவே, நான் மீண்டும் மீண்டும் கிளாமர் ரோல்களிலேயே நடிக்க வேண்டிய நிர்ப்பந்தம் ஏற்பட்டு விட்டது.'

- **இந்த நிர்ப்பந்தம் குறித்து நீங்கள் வருத்தப்படவில்லையா?**

- சாவித்ரி அம்மாவைப் போலவே எனக்கும் பாப்புலாரிட்டி கிடைத்திருக்கிறதே!

- **அதற்கும் இதற்கும் வித்தியாசம் இருக்கிறது. வெளிப்படையாகச் சொன்னால், சாவித்ரியின் நடிப்பை ரசித்தார்கள். உங்களைப் பொறுத்தவரை, உங்களுடைய நடிப்பைப் பின்னுக்குத் தள்ளிவிட்டு கச்சிதமான உடலமைப்பை முதலில் ரசிக்கிறார்கள் என்கிற வித்தி யாசத்தை நீங்கள் உணரவில்லையா?**

- எனக்கும் இது தெரியாமலில்லை. என்றாலும் வேறு வழியில்லை. முதல் படத்தைப் பார்த்துவிட்டு, ரசிகர்கள் எப்படிப்பட்டதொரு முத்திரையைக் குத்துகிறார்களோ, அதைக் கடைசி வரைக்கும் அழிக்கவே முடியாது என்பதை நான் மிகவும் தாமதமாகத் தெரிந்து கொண்டேன். அதனால் தமிழில் எனக்கு கேரக்டர் ரோல்கள் கிடைக்கவில்லை. என்றாலும் அண்மையில் கூட மலையாளத்தில் அற்புதமான ஒரு ரோலில் நடித்து முடித்தேன். அந்த வகையில் நான் ஒருவாறு திருப்திப்பட்டுக் கொண்டு விடுகிறேன்!

- **நீங்கள் படத் தயாரிப்பில் கூட இறங்கினீர்கள் இல்லையா?**

- ஆமாம். அதுவொரு கசப்பான அனுபவம். அதை எனது கெட்ட நேரம் என்று சொல்வதா? விதி என்று சொல்வதா? என்று இப்போதும் எனக்குப் புரியவில்லை. படத்தயாரிப்பு பற்றி எதுவுமே தெரியாத நான், எப்படியோ தயாரிப்பில் இறங்கியதால், என் சம்பாத்தியத்தையெல்லாம் இழந்து விட்டேன். பசி, தூக்கம் பார்க்காமல் ஒரு நாளைக்கு மூன்று ஷிப்ட், நான்கு ஷிப்ட் என்று நடித்துச் சம்பாதித்த அத்தனையும் இழந்துவிட்டேன். அந்த இழப்பு என்னை விரக்தியின் உச்சிக்கே கொண்டுபோய் விட்டது. அதன் காரணமாக, 'இனி இந்த சினிமாவே வேண்டாம்' என்று இரண்டாண்டு காலம் ஒதுங்கியே இருந்தேன்.

- **பிறகு எப்படி மனம் மாறினீர்கள்?**

- அப்போது டைரக்டர் மணிரத்னம் 'கீதாஞ்சலி' என்கிற தெலுங்குப் படம் ஒன்றை எடுத்துக் கொண்டிருந்தார். அதில் வரும் ஒரு கேரக்டருக்கு என்னைப் போட்டால் சரியாக இருக்கும் என்று தயாரிப்பாளரிடம் சொல்லிவிட்டார்.

  அந்தத் தயாரிப்பாளர் என்னிடம் கேட்டபோது நான் மறுத்துவிட்டேன். இருந்தும் அவர் விடவில்லை. அவரது மேனேஜரைத் தினமும் அனுப்பி என்னைத் தொந்தரவு தர தாங்க முடியாமல் நானும் ஒப்புக் கொண்டேன். இப்படி ஒரு படத்துக்கு ஒப்புக் கொண்டதால் மற்ற படங்களுக்கும் ஒப்புக் கொள்ள வேண்டியதாகி விட்டது.

- **ஒரு காலகட்டத்தில், நீங்கள் கடித்துக் கொடுத்த ஆப்பிள் கூட ஆயிரக்கணக்கில் ஏலம் போனதாகச் செய்திகள் வந்தன. அப்போதெல்லாம் உங்கள் மனோநிலை எப்படி இருந்தது?**

- அதையெல்லாம் ஒரு விளையாட்டுப் போல் எடுத்துக்கொண்டேனே தவிர, சீரியஸாக எடுத்துக் கொண்டதில்லை. இன்றைக்குக் கூட ஒரு ரசிகர் எனக்குக் கடிதம் எழுதியிருக்கிறார். அவர் நடுத்தரக் குடும்பத்தைச் சேர்ந்தவர் என்றாலும் நான் அவரைத் திருமணம் செய்துகொண்டால் என்னைக் கண்கலங்காமல் வைத்துக் காப்பாற்றுவதாக எழுதியிருக்கிறார். இதையெல்லாம் நான் என்னவென்று எடுத்துக் கொள்வது?

- **எந்தப் படத்தில் நடிக்கும்போதாவது இதுபோன்ற காஸ்ட்யூம்களையெல்லாம் என்னால் போட்டுக் கொண்டு நடிக்க முடியாது என்று நீங்கள் மறுத்த அனுபவம் உண்டா?**

- இல்லை. காரணம், எனது காஸ்ட்யூம்களை நானே டிசைன் செய்து கொள்கிறேன். எனது எந்த செலக்ஷனையும் இதுவரை எந்த டைரக்டரும் மறுத்ததில்லை.

- **நடிப்போடு காஸ்ட்யூம் டிசைனும் செய்கிறீர்களா என்ன?**

- மற்றவர்களுக்கு அல்ல. எனக்கு மட்டும். அதோடு பழைய பொருள்களை எங்கு பார்த்தாலும் உடனடியாக வாங்கி வந்து விடுவேன். புதுமையாக இருந்தாலும் வாங்கி வந்துவிடுவேன்.

- **உங்கள் வரவேற்பறை ஷோகேஸில் நிறைய சாம்பிள் மதுபாட்டில்கள் இருக்கின்றனவே....**

- அவற்றின் அழகுக்காக மட்டும் வாங்கிவந்து வைத்திருக்கிறேன். அந்தச் சின்னச் சின்னப் பாட்டில்களின் அழகே தனி. மற்றபடி நான் குடிக்க மாட்டேன்.

  நீங்கள் நம்பலாம். நான் விரும்பிக் குடிப்பது அருமையான ஃபில்டர் காபி. எதிர்வீட்டு மாமி மிக அற்புதமாகப் போட்டுத் தருவார். அடிக்கடி குடிப்பேன். என்னை வெளியில் பார்த்தாலே போதும், 'சிலுக்கு, வந்து காபி குடிச்சிட்டு போ!' என்பார்.

- **ஏன் உங்களுக்குக் கலக்கத் தெரியாதா?**

- டிகாக்ஷன் இறக்கிக் காபி கலக்குவதென்பதே ஒரு தனி கலை. அது எனக்கு அவ்வளவாக வராது.

- **முன்பெல்லாம் உங்களோடு எப்போதும் ஒரு தாடிக்காரர் இருப்பதாகச் செய்திகள் வருவதுண்டு.**

- ஆமாம். அவர் பெயர் ராதாகிருஷ்ணன். எனது சொந்தக்காரர். நான் ஆரம்பத்தில் சினிமாவில் சேர ஓர் அத்தையை அழைத்து வந்தேன் அல்லவா... பிறகு அவரது குடும்ப வேலைகள் காரணமாக என்னோடு வர இயலாமல் போனபோது இவர் வந்தார். எனக்கு ஆரம்பத்தில் சினிமா உலகம் என்பது ஒரு புதிய அனுபவமாக இருந்ததால் துணைக்கு ஒரு ஆள் தேவைப்பட்டது.

  பிறகு இவரும் தமது வேலைகளைக் கவனிக்கச் செல்ல வேண்டியிருந்ததால், பிறகு அழகுக்கலை நிபுணரான ஒரு பெண்ணை என்னோடு வைத்துக் கொண்டேன். அவர் வெளிநாடு போய்விட்டதால் ஓய்வு பெற்ற ஓர் ஆசிரியை என்னோடு வந்தார். அவருக்கும் வயதானதால், அதே சமயம் சினிமா உலகத்திலும் அனைவருமே தெரிந்தவர்களாகி விட்டதால் நானே தனியாகச் செல்ல ஆரம்பித்துவிட்டேன்.

  இப்படி என்னோடு மூன்று பெண்களும் வந்திருக்கிறார்கள். அதையெல்லாம் எழுதாத பத்திரிகைகள் ராதாகிருஷ்ணன் வந்ததைப் பெரிதுபடுத்திக் கிசுகிசு எழுதின. சரி, ஒரு சுவாரஸ்யத்துக்காக எழுதுகிறார்கள் என்று நானும் அதற்கெல்லாம் பதில் சொல்லாமல் விட்டுவிட்டேன்.

● சில ஆண்டுகளுக்கு முன்பு 'அன்னை தெரசா போல் சேவை செய்ய வேண்டும் என்பதே என் ஆசை' என்று நீங்கள் சொன்னது பற்றிக்கூட விமரிசனங்கள் எழுந்தன.

● ஆமாம்! தெரியாமல் கேட்கிறேன், எனக்கு அப்படியொரு ஆசை வரக்கூடாதா? மற்றவர்களுக்கு நான் உதவக் கூடாதா? படத்தில் பார்க்கிற சிலுக்கை ஏன் வாழ்க்கையிலும் பார்க்கிறீர்கள் என்பது எனக்குப் புரிய வில்லை. சினிமா நிஜமல்ல; அது நடிப்பு. வாழ்க்கையில் எனக்கு நடிக்கத் தெரியாது.

அதனால் சினிமா சிலுக்கோடு இந்த நிஜ விஜயலட்சுமியை ஒப்பிடக் கூடாது.

நீங்கள் இப்படி வெளிப்படையாகப் பேசுவதால் நானும் இவ்வளவு காலமாக யாரிடமும் சொல்லாத ஒரு விஷயத்தை உங்களிடம் சொல்கிறேன்.

என்னைப் பற்றி முழுவதும் தெரிந்தவர் கணவராக வரும்போது பின்னாள்களில் பிரச்னைகள் வராமல் இருக்கும்

கடந்த பன்னிரண்டு வருஷங்களாக ஒவ்வொரு பொங்கலின் போதும் நூற்றைம்பது பேருக்கு இலவசமாகத் துணிகள் கொடுத்துக் கொண்டிருக்கிறேன்.

ஒருவேளை நான் பொங்கலன்று சென்னையில் இல்லாமல் போய்விட்டால் தமிழ் வருஷப் பிறப்பான சித்திரை முதல் தேதியில் அதைக் கொடுப்பேன். இதையெல்லாம் நான் விளம்பரத்துக்காகவா செய்து கொண்டிருக்கிறேன்... இப்படியெல்லாம் விமரிசனம் செய்கிறபோது என் மனம் மிகவும் கஷ்டப்படுகிறது.

● உங்கள் திருமணம் எப்போது?

● இன்னும் இரண்டொரு ஆண்டுகளில்.

காதல் திருமணமா?

ஆமாம். என்னைப் பற்றி முழுவதும் தெரிந்தவர் கணவராக வரும்போது பின்னாள்களில் பிரச்னைகள் வராமல் இருக்கும். முன்பின் தெரியாத ஒருவரைத் திருமணம் செய்து கொண்டால், 'ஐயய்யோ... நீ இப்படிப்பட்ட காஸ்ட்யூம்களில் கூடவா நடித்திருக்கிறாய்' என்றெல்லாம் கேள்விகள் வர வாய்ப்பிருக்கிறதே!

அப்படியானால் மாப்பிள்ளையைத் தேர்ந்தெடுத்து விட்டீர்கள் என்று சொல்லலாமா?

ஆமாம்.

யார்?

அதை மாத்திரம் இப்போது சொல்ல மாட்டேன்.

26

தோழர்கள் மறைவாகயிருந்து கொண்டு என்னை அக்காவிடம் பணம் வாங்கிவர அனுப்புவார்கள். கேட்பதைக் கொடுக்கும் அக்கா, ஒருமுறை தோழர்களை வீட்டுக்கு அழைத்துவரச் சொன்னார்கள்

நக்சலைட்?

சிலுக்கு பிறந்த கிராமம் அடிப்படை வசதிகள் கூட இல்லாதது.

வறுமையால் தினம் தினம் செத்துப் பிழைக்கும் பாவப்பட்ட ஏழைகள் அங்கு வாழ்ந்தனர்.

'பணக்காரர்களின் பிடியில் அங்கு தன் மக்கள் படும் நரக வேதனைகளை விஜயலட்சுமி சிறு வயது முதலே பார்த்து வளர்ந்திருக்கிறார். முதலாளிகளின் காலடியில் விவசாயிகளின் உழைப்பெல்லாம் வீணாகப் போவது அவருக்குள் பாதிப்பை ஏற்படுத்தியது.

பிரபல நடிகையாக, புகழ் ஏணியின் உச்சியில் இருந்த சிலுக்கை பத்திரிகை நிருபரும், கவிஞருமான ஒருவர் சந்தித்து பேட்டி கண்டார்.

'நீங்கள் திரைப்படத் துறைக்கு வராமலிருந்தால் என்ன செய்வீர்கள்?'

இந்தக் கேள்விக்குக் கொஞ்சமும் தாமதிக்காமல் சிலுக்கு அளித்த பதில்,

‘நக்சலைட் ஆகியிருப்பேன்.’

உண்மையிலேயே சிலுக்குக்கு நக்சலைட் ஆகும் ஆசை இருந்தது என்பதை ஆந்திரா மாநில மக்கள் யுத்த குழுவில் உள்ளவர்களே கூறியிருக்கிறார்கள்.

தனது ஊராரை முதலாளிகளின் கொடுமை யிலிருந்து காப்பாற்றும் நக்சலைட்டுகளை, சிறுபிள்ளையிலேயே நேரில் பார்த்திருக்கிறார். அந்த பாதிப்பு வளர்ந்து நல்ல பணவசதி கொண்ட நடிகையாக இருந்தபோதும், சிலுக்கை விட்டு அகலவில்லை.

ஆந்திராவிலிருந்து சென்னைக்கு வரும் நக்சலைட் குழுவினருக்கு எதிர்பாராத விதமாகப் பண நெருக்கடி ஏற்பட்டால் நேராக சிலுக்கின் வீட்டுமுன்பு நிற்பார்கள்.

உண்மையிலேயே சிலுக்குக்கு நக்சலைட் ஆகும் ஆசை இருந்தது என்பதை ஆந்திரா மாநில மக்கள் யுத்த குழுவில் உள்ளவர்களே கூறியிருக்கிறார்கள்.

‘ஆந்திராவில் நடக்கும் சண்டையை சிறுபிள்ளைபோல் ஆர்வமாகக் கேட்பார்கள் அக்கா. தோழர்கள் மறைவாகயிருந்து கொண்டு என்னை அக்காவிடம் பணம் வாங்கிவர அனுப்புவார்கள். கேட்பதைக் கொடுக்கும் அக்கா, ஒருமுறை தோழர்களை வீட்டுக்கு அழைத்துவரச் சொன்னார்கள். பத்துபேர் போனோம். மதியச் சாப்பாட்டை எங்களுக்காக அக்கா சமைச்சுப் போட்டாங்க. இரண்டு தடவை தலைமறைவா அக்கா வீட்டில் எங்க தோழர்கள் தங்கியிருக்காங்க. அப்படிப்பட்டவங்க இப்படி அநியாயமா செத்துப் போயிட்டாங்களே!

நிச்சயமா அக்கா தற்கொலை செஞ்சிருக்கமாட்டாங்கன்னு நாங்க மனப்பூர்வமா நம்பறோம்’ என்றார் திரண்டு வந்த

கண்ணீரைத் துடைத்துக்கொண்ட ஆந்திரா மக்கள் யுத்த குழுவைச் சேர்ந்த அந்தத் தோழர்.

நக்சலைட்டுகள் மட்டுமல்ல, உதவி கேட்டு யார் போனாலும், முடிந்த அளவு உதவி செய்து அனுப்பியிருக்கிறார். அனாதை இல்லங்கள் வைத்து நடத்துபவர்கள் சிலுக்கிடம் தேவையான பணத்தைப் பெற்று வந்துள்ளார்கள்.'

நக்கீரன் பத்திரிகையில் வெளியான இந்தச் செய்தி அதிர்ச்சி அலைகளை ஏற்படுத்தியது.

சிலுக்குக்கும் நக்சலைட்டுகளுக்கும் தொடர்பு உண்டா? இல்லையா?

சிலுக்கின் மரணம் தற்கொலையா? கொலையா?

டாக்டர் நல்லவரா? கெட்டவரா?

சிலுக்கின் வாழ்க்கையில் இருக்கும் இந்த மூன்று மர்மங்களுக்கும் இறுதிவரை விடை கிடைக்கவே இல்லை.

இனி கிடைத்தாலும் பெரிய பரபரப்பாகாமல் பெட்டிச் செய்தியாகிவிடக்கூடும். வரி விளம்பரம் ஏதும் வந்தால் அதுவும் தூக்கப்பட்டுவிடலாம்.

27

என்ன காட்சி, செட் எப்படி? உடன் நடிக்கிறவர்கள் யார் யார்? வில்லியா? கவர்ச்சி மட்டுமா? டான்ஸ் மாஸ்டர் யார்? என்று அனைத்து விவரங்களும் அறிந்த பிறகே தனக்கான ஆடைகளை வடிவமைத்துக் கொண்டார்.

சிலுக்கு சில சுவாரசியங்கள்

(அவரே சொன்னவை)

பெயர் :

விஜயலட்சுமி, விஜி, சிலுக்கு, சுமி

பிறந்த தேதி : 25.12.1962

எடை : என் ஹீரோக்கள் சிரமம் இல்லாமல் தூக்கும் அளவுக்கு வெயிட் போடாமல் பார்த்துக் கொள்கிறேன்.

பிடித்தமான உணவு :

பிரியாணி, கோங்குரா சட்னி, வெள்ளரிக்காய் சாலட்.

லட்சியம் :

ஹாலிவுட் படங்களில் நடிப்பது. வாய்ப்பு வந்தது. அங்கே மூன்று மாதங்கள் தொடர்ந்து தங்க வேண்டும் என்பதால் மறுத்து விட்டேன்.

பிடித்த சினிமா அழகிகள் :

சரோஜாதேவி, ஹெலன், வைஜெயந்திமாலா, ரேகா, ஸ்ரீதேவி.

விரும்பிய சினிமா டைரக்டர்கள் :

மணிரத்னம், பாசில், பாலுமேகந்திரா

தமிழில் சொந்தப் படம் :

ரஜினியை வைத்து தயாரிக்க ஆசை

விட்டுப் பிரியாதது : கிசுகிசு செய்திகள்

படுக்கை அறை :

தூங்கி விழித்தவுடன் என் கண்களில் படும்படியாக விநாயகர், வெங்கடாசலபதி, லட்சுமி படங்கள்.

ஹாலிடே ஸ்பாட் :

என் வீடு. ஆனாலும் ஓர் ஆசை. சிலுக்கு ஸ்மிதா என்று தெரியாத ஒரு பட்டிக்காட்டுக்குப் போக வேண்டும்.

அரசியல் ஹீரோ :

பி.வி. நரசிம்மராவ். இதுவரை நேரில் பார்த்ததில்லை.

பெர்பியூம் :

பாய்சன். (விஷம் என்று நினைக்க வேண்டாம்.)

திருட ஆசை :

மாங்காய்

மறுபக்கம் :

நான் ஒரு பிடிவாதக்காரி, முரண்டு பிடிப்பவள்.

பிடிக்காதது :

மீன் குழம்பு

பிடித்த பொழுதுபோக்கு :

ஈவினிங் ஷோ சினிமா ஏ.வி.எம். ராஜேஸ்வரி தியேட்டரில்.

மனம் விட்டுப் பேசும் நட்சத்திரங்கள் :

சரிதாவின் தங்கை விஜி, சிவகுமார், அனுராதா, ஒளிப்பதிவாளர் அசோக்குமார், புலியூர் சரோஜா

பிடித்த பண்டிகை :

தீபாவளி, பட்டாசுகளெல்லாம் நிறையவே வாங்கி வீட்டுக்கு வெளியில் வெடிப்பேன்.

சினிமாவுக்காகக் கற்றுக் கொண்டது :

பைக் ஓட்ட, குதிரை மீது சவாரி, கார் ஓட்டவும் கற்றுக் கொண்டேன். ஆனால் ஓட்டியதில்லை.

நடித்த ஒரே டிவி சீரியல் :

சிட்டாடலின் மணப்பந்தல்.

தாலாட்டு :

அப்படின்னா என்ன? சினிமா டைட்டிலா?

பிடித்தமான பாடல் வரிகள் :

என்னதான் நடக்கும் நடக்கட்டுமே, போனால் போகட்டும் போடா!

சரித்திர புருஷர்களில் பிடித்தமானவர் :

கட்டபொம்மன். அந்தக்காலத்தில் நான் இருந்திருந்தால் அவரைக் காதலித்திருப்பேன்.

என் கடைசி ஆசை : *என்னுடைய எல்லா ஆசைகளும் நிறைவேற வேண்டும்.*

திருமணம் :

சொர்க்கத்தில் நிச்சயிக்கப்படுவதில்லை.

முத்தம் :

என் முத்தங்கள் எல்லா குழந்தைகளுக்கும் உண்டு. ரசிகர்களுக்கு பிளையிங் கிஸ் மட்டும்.

- சிலுக்கு மிகவும் பிசியாக நடித்த சூழலில் கிட்டத்தட்ட ஐந்து ஆண்டுகளுக்கும் மேலாக ஒரு நாளைக்கு நான்கு கால்ஷீட்டுகளில் நடித்தார். காலை ஏழு மணி முதல் ஒன்பது மணி வரை ஒரு கால்ஷீட், பத்து மணி முதல் பிற்பகல் இரண்டு மணி வரை இரண்டாவது கால்ஷீட் பிற்பகல் இரண்டு மணி முதல் மாலை ஆறு மணி வரையில் மூன்றாவது கால்ஷீட் மாலை ஆறு மணி முதல் நள்ளிரவு இரண்டு மணி வரை நாலாவது கால்ஷீட். தொடர்ந்து சிலுக்கு நான்கு கால்ஷீட்டுகளில் ஐந்து ஆண்டுகள் நடித்து முடித்த பின்பு ஆறு கிரவுண்டு நிலமும் ஐநூறு சவரன் நகைகளும் சிலுக்கின் சொத்தாக இருந்தது.

- ஒரு நாளும் தன் கால்ஷீட்டுகளுக்கு டிமிக்கி கொடுத்ததேயில்லை. லஞ்ச் பிரேக்கில் வீட்டுக்குப் போய்ச் சாப்பிடும் பழக்கம் கொண்டவர் சிலுக்கு, மிகச் சரியாக பிற்பகல் இரண்டு மணிக்கு செட்டுக்குத் திரும்பி விடுவார்.

- நேரம் கிடைக்கும் போதெல்லாம் தாஜ் ஹோட்டலுக்குச் சென்று மசாஜ் செய்து கொள்வார். அப்படி சமயம் அமையவில்லை என்றால் தாஜ் ஹோட்டலுக்கு போன் செய்து பியூட்டிஷியனைத் தன் வீட்டுக்கே வரவழைத்து விடுவார்.

- நட்சத்திர ஹோட்டல்களில் இருந்த நீச்சல் குளங்களில் சிலுக்கை தேவதையாகவே நடத்தினார்கள். சிலுக்கு தன் உடலைப் பராமரித்து வைத்திருந்ததைப் போல் வேறு யாரும் செய்திருப்பார்களா என்பது சந்தேகமே.

- சென்னையின் எல்லா சினிமா ஸ்டூடியோ தொழிலாளர்களும் பண்டிகை நாள்களில் சிலுக்கின் வீட்டில் ஆஜராகி விடுவார்கள். எலெக்ட்ரீஷியன், லைட் பாய், கூட்டிப் பெருக்கிறவர்கள், வாட்ச்மேன் என்று ஏறக்குறைய ஐநூறு பேருக்கு மேலிருப்பார்கள். அவர்களுக்கு வேண்டிய துணி, ஸ்வீட் பாக்ஸ் ஆகியவற்றை சிலுக்கே முன் நின்று வழங்குவார். சிலுக்கு செட்டுக்கு வருகிறார் என்றால் ஸ்டுடியோ ஊழியர்கள் உள்ளம் குளிர்ந்து நிற்பார்கள். காரணம் சிலுக்கு ஒவ்வொரு சினிமாவிலும் நடனக் காட்சியை ஆடி முடிக்கும்போது ஸ்டுடியோ ஊழியர்கள் அனைவருக்கும் டிப்ஸ் வழங்குவார்.

- தனது மேக்கப் மேன் கண்ணனுக்குப் பெண் குழந்தை பிறந்த போது 'ஸ்மிதா' என்கிற தனது பெயரை வைக்கச் சொன்னார் சிலுக்கு. கண்ணனின் குழந்தைகளிடம் மிகவும் பாசமாக இருந்தார்.

- சிலுக்கு படங்களில் மிகவும் பிஸியாக இருந்தபோது, நடித்த வெற்றிப் படங்களின் ஷீல்டுகளைக் கூட நேரில் போய் வாங்க முடிந்ததில்லை. அவரது சார்பில் மேக்கப்மேன் வாங்கிக் கொண்டார்.

- சொந்தமாக ஒரு வீடு கட்டி அதில் வாழ முடியவில்லையே என்கிற ஏக்கம் சிலுக்குக்கு இருந்தது. அவர் வாழ்ந்து வந்த வாடகை பங்களாவை வாங்கவும் அட்வான்ஸ் கொடுத்துவிட்டே இறந்தார் சிலுக்கு.

- சிலுக்கு புது வீடுகளுக்குக் குடிபோகும் போதும் புது கார் புது சொத்து என்று ஏதாவது வாங்கும் போதும் திருப்பதிக்குச் செல்லுவார். சென்று வந்த கையோடு வினு சக்கரவர்த்தியிடம் போய் திருப்பதி லட்டைக் கொடுத்துவிட்டு ஆசீர்வாதம் வாங்கி வந்துவிடுவார்.

- மைசூரில் 'திரும்பிப் பார்' ஷூட்டிங் நடந்தது. வினு சக்கரவர்த்திக்கு சிலுக்கு பாத பூஜை செய்கிற காட்சி. அப்போது வினு சக்கரவர்த்தியிடம் சிலுக்கு சொன்னார்:

- 'இதே மைசூரில் என்னை முதன்முதலில் சிலுக்கு ஆக்கினீர்கள். அப்போதே உங்களுக்குப் பாத பூஜை செய்திருக்க வேண்டும். காலம் கடந்து இப்போதாவது அந்த வாய்ப்பு கிடைத்ததே!' சிலுக்கின் கண்கள் நிஜமாகவே கலங்கி இருந்தது. சிலுக்கும் வினு சக்கரவர்த்தியும் சேர்ந்து நடித்த கடைசி ஷூட்டிங் அது.

> 'இதே மைசூரில் என்னை முதன்முதலில் சிலுக்கு ஆக்கினீர்கள். அப்போதே உங்களுக்குப் பாத பூஜை செய்திருக்க வேண்டும்.

- சிலுக்கை வீட்டில் போய்ப் பார்த்தால் அவர் ஒரு பணிப்பெண் போல இருப்பார். சினிமாவில் ஜொலிக்கும் நகைகளை அணிந்து பழகிய அவர் வீட்டில் இருக்கும்போது நகையே அணிய மாட்டார். ஷூட்டிங் இல்லாத போது தன் வீடு இருந்த தெருவில் சைக்கிள் ஓட்டியபடி மாலை நேரங்களில் உலா வருவார்.

- ஆடை அலங்காரக் கலையை ஆங்கிலப் புத்தகங்கள் வாயிலாகக் கற்றார். தனது கற்பனைத் திறனையும் சேர்த்துக் கொண்டு தனக்கான ஆடைகளை அவரே வடிவமைத்துக் கொள்ள ஆரம்பித்தார். ஒரு படத்தில் பயன்படுத்திய காஸ்ட்யூம் ஹேர் டிரஸ்ஸை இன்னொரு படத்தில் பார்க்க முடியாது. ஷூட்டிங் முடிந்தவுடன் தான் அணிந்த தனக்கு விருப்பமான உடைகளைத் தன் வீட்டுக்கே எடுத்துச் சென்று விடுவார். சிலுக்கு அனுப்பிய காஸ்ட்யூம் பில்களைப் பார்த்த மாத்திரத்தில் தயாரிப்பாளர்களுக்கு ஷாக் அடிக்கும். எக்காரணத்தைக் கொண்டும் தனது காஸ்ட்யூம் பில்லில் எதையும் குறைக்கவே மாட்டார் சிலுக்கு.

- காஸ்ட்யூம் டிசைன் செய்ய ஆரம்பித்த பின்பு, முதல் தேதி ஷூட்டிங் என்றால் அதற்கு பத்து நாள்களுக்கு முன்பே படத்தின் டைரக்டருடன் டிஸ்கஷன் வைத்து செயல்பட்டார் சிலுக்கு.

- என்ன காட்சி, செட் எப்படி? உடன் நடிக்கிறவர்கள் யார் யார்? வில்லியா? கவர்ச்சி மட்டுமா? டான்ஸ் மாஸ்டர் யார்? என்று அனைத்து விவரங்களும் அறிந்த பிறகே தனக்கான ஆடைகளை வடிவமைத்துக் கொண்டார்.

- தனக்கான டான்ஸ் மாஸ்டர்களைத் தேர்வு செய்து கொள்ளும் வல்லமையைப் பெற்றிருந்தார். ஆயினும் தன் தேர்வை காஸ்ட்யூம் வரையில் வைத்துக் கொண்டார்.

- தனது ஆடைகளை நல்லி, குமரன் போன்ற தி. நகர் ஜவுளிக் கடைகளிலும் ஸ்பென்ஸர் பிளாஸாவிலும் சென்று வாங்கினார். சென்னை காசி செட்டித் தெருவில் இருக்கும் கடைகளில் அழகு சாதனப் பொருள்களை வாங்கிக் குவித்தார்.

- சிலுக்கை கதாநாயகியாக நடிக்க வைத்து 'மூன்று பிரம்மாக்கள்' என்ற படத்தை டி.எஸ். கிருஷ்ணகுமார் டைரக்ட் செய்தார். முழுக்க முழுக்க காமெடி படமான மூன்று பிரம்மாக்களில் முதலில் நடிக்கவே தயங்கினார் சிலுக்கு.

- டி.எஸ். கிருஷ்ணகுமார் விடவேயில்லை. அவர் பங்கேற்ற 'சகாதேவன் மகாதேவன்' படத்தின் வீடியோ கேஸட்டை கொடுத்து பார்க்கச் சொன்னார்.

- நுனி நாக்கு ஆங்கிலத்தில் இதமான நடத்தையில் காண்போரைக் கவர்வதிலும் பின்பு கவிழ்ப்பதிலும் கிருஷ்ணகுமார் சூரர் என்று சினிமா உலகம் சொல்லியது. ஏற்கெனவே மணமானவர்!

- ஆனால் சிலுக்கும் கிருஷ்ணகுமாரின் கவர்ச்சியான பேச்சில் கவிழ்ந்து போனார். கிருஷ்ணகுமாரும் சிலுக்கை வருஷக் கணக்கில் அவர் வீட்டில் சந்தித்தபடியே இருந்தார். இருவரையும் இணைத்து கிசுகிசுக்கள் வந்தன. ஆனால் இறுதிவரை படம் ரிலீஸாகவில்லை.

- சிலுக்கு தற்கொலைக்குப் பின் சில வருஷங்களில் கிருஷ்ணகுமாரும் தசரதபுரம் சாலையில் ஏராளமாகக் குடித்துவிட்டு போதை அதிகமாகி இறந்து கிடந்தார்.

● ● ●